സൈനിന്റെ കല്ല്യാണം

സൈനിന്റെ കല്ല്യാണം

saininte kalyanam
novel

•

tayeb salih

•

translated
b m suhra

•

first edition
december 2010

•

typesetting
star communication

•

published
chintha publishers, thiruvananthapuram

•

•

cover
vinod

•

illustration
sagheer

വിതരണം

ദേശാഭിമാനി ബുക്ക് ഹൗസ്

H O തിരുവനന്തപുരം–695 001

ബ്രാഞ്ചുകൾ

ഓവർബ്രിഡ്ജ് തിരുവനന്തപുരം • കെ എസ് ആർ ടി സി ബസ് സ്റ്റേഷൻ ആലപ്പുഴ • കെ എസ് ആർ ടി സി ബസ് സ്റ്റേഷൻ എറണാകുളം • കലൂർ കൊച്ചി • ഐ ജി റോഡ് കോഴിക്കോട് • മാവൂർ റോഡ് കോഴിക്കോട് • എൻ ജി ഒ യൂണിയൻ ബിൽഡിങ് കണ്ണൂർ • സെൻട്രൽ ബസ് ടെർമിനൽ കോംപ്ലക്സ് താവക്കര കണ്ണൂർ • മച്ചിങ്ങൽ ലെയ്ൻ തൃശൂർ

CO - 1535 / 2615

സൈനിന്റെ കല്ല്യാണം

നോവൽ

തയ്യിബ് സ്വാലിഹ്

പരിഭാഷ

ബി എം സുഹറ

ചിന്ത പബ്ലിഷേഴ്സ്
തിരുവനന്തപുരം-695 001

ബി എം സുഹറ

കോഴിക്കോട് ജില്ലയിൽ തിക്കോടിയിൽ ജനിച്ചു. പിതാവ്: വൈദ്യേരകത്ത് മമ്മദുകുട്ടി ഹാജി. മാതാവ്: ബടയക്കണ്ടി മാളിയേക്കൽ മറിയുമ്മ. തിക്കോടി പ്രൈമറി സ്കൂൾ, കോഴിക്കോട് പ്രോവിഡൻസ് ഹൈസ്കൂൾ, പ്രോവിഡൻസ് കോളേജ് എന്നിവിടങ്ങളിൽ വിദ്യാഭ്യാസം. കേരള സ്റ്റേറ്റ് ലൈബ്രറി കൗൺസിൽ അംഗം, *ഗ്രന്ഥാലോകം* മാസിക പത്രാധിപ സമിതി അംഗം, സ്റ്റേറ്റ് ഫിലിം അവാർഡ് കമ്മിറ്റി അംഗം എന്നീ നിലകളിൽ പ്രവർത്തിച്ചിട്ടുണ്ട്. മോയിൻകുട്ടി വൈദ്യർ സ്മാരകസമിതി അംഗം.

കൃതികൾ: *കിനാവ്, മൊഴി, ഇരുട്ട്, നിലാവ്, നിഴൽ, ആകാശഭൂമികളുടെ താക്കോൽ* (നോവൽ), *ചോയിച്ചി, ഭ്രാന്ത്, കുഹു... കുഹു..., കരച്ചപ്പെട്ടി, രചനയിലെ ചില പ്രശ്നങ്ങൾ, ഒരു വേനലിന്റെ അന്ത്യം* (ചെറുകഥ), *മലമുകളിലെ അപ്പൂപ്പൻ, കുട്ടികളുടെ അറബിക്കഥകൾ, ഏഴാങ്ങളമാരും ഒരു കുഞ്ഞിപ്പെങ്ങളും, പവിഴപ്പുറ്റ്, പഞ്ചതന്ത്രം കഥകൾ, മന്ത്രമോതിരം* (ബാലസാഹിത്യം), *അമൃതപുരി, കൊട്ടാരത്തെരുവ്, മുഖാമുഖം* (അഭിമുഖങ്ങൾ).

നിലാവ് ഇംഗ്ലീഷിലേക്കും *മൊഴി* കന്നടയിലേക്കും പരിഭാഷപ്പെടുത്തിയിട്ടുണ്ട്. ലളിതാംബിക അന്തർജനം സ്മാരക വിശേഷാൽ പുരസ്കാരം (1992), കെ ബാലകൃഷ്ണൻ സ്മാരക അവാർഡ് (2004), കേരള സാഹിത്യ അക്കാദമി സമഗ്രസംഭാവനയ്ക്കുള്ള അവാർഡ് (2008) – ഇവ ലഭിച്ചിട്ടുണ്ട്.

ഭർത്താവ് : എഴുത്തുകാരനായ ഡോ. എം എം ബഷീർ
മക്കൾ : അജ്മൽ ബഷീർ, അനീസ് ബഷീർ
വിലാസം : മാളിയേക്കൽ
ഗോൾഫ് ലിങ്ക്സ് റോഡ്
ചേവായൂർ പി ഒ, കോഴിക്കോട് 673 017

ആമുഖം

ആധുനിക അറബിസാഹിത്യത്തിലെ പ്രശസ്തനായ കഥാകൃത്താണ് തയ്യിബ് സ്വാലിഹ്. സുഡാന്റെ വടക്കൻപ്രവിശ്യയിൽ അദ്ദേഹം 1929 ൽ ജനിച്ചു. ഖാർത്തൂമിലെയും ലണ്ടനിലെയും സർവകലാശാലകളിൽ പഠിച്ചു. കർഷകരും മതാധ്യാപകരും അടങ്ങുന്ന ഒരു കുടുംബത്തിൽ ജനിച്ച അദ്ദേഹത്തിന് കൃഷിയിലായിരുന്നു താൽപ്പര്യം. ഖാർത്തൂമിൽത്തന്നെ ഒരു സ്കൂൾ അധ്യാപകനായി ജോലി നോക്കിയിരുന്ന തയ്യിബ് ഇംഗ്ലണ്ടിലേക്ക് പോവുകയും അവിടെ റേഡിയോ-ടി വി പ്രക്ഷേപണകലയിൽ പരിശീലനം നേടുകയും ചെയ്തു. ഇംഗ്ലണ്ടിൽ ബി ബി സിയുടെ അറബി നാടകവിഭാഗം വളരെക്കാലം കൈകാര്യം ചെയ്തു. അതിനെത്തുടർന്ന് ഖത്തറിൽ ഇൻഫർമേഷൻ വകുപ്പിൽ സേവനമനുഷ്ഠിച്ചു.

വടക്കോട്ടുള്ള ദേശാടനത്തിന്റെ കാലം (*Season of Migration of the North*) എന്ന നോവലിലൂടെയാണ് തയ്യിബ് സ്വാലിഹ് അറിയപ്പെട്ടുതുടങ്ങിയത്. അതിന്റെ ഇംഗ്ലീഷ് പരിഭാഷ പ്രസിദ്ധപ്പെടുത്തിയതോടെ പാശ്ചാത്യരാജ്യങ്ങളിലും അദ്ദേഹം പ്രസിദ്ധനായി. അസാധാരണ പ്രതിഭാശാലിയായ ഒരു യുവാവിന്റെ മനസിന്റെ ഇരുളിലേക്ക് ആഴ്ന്നിറങ്ങുന്ന ആ നോവൽ രചനയുടെയും ആഖ്യാനത്തിന്റെയും അസാധാരണമായ വശ്യതയാൽ അപൂർവസൗന്ദര്യം ഉൾക്കൊള്ളുന്നതാണ്. ഒരു വ്യക്തിയുടെ വിവിധമുഖങ്ങളുടെ അനാവരണത്തിലൂടെ മനുഷ്യൻ എന്ന മിത്തിന്റെ ദുരൂഹതകളിലേക്ക് വെളിച്ചംവീശുന്നു. ഇരുളും വെളിച്ചവും മാറിമാറി തെളിയുന്ന മനുഷ്യസ്വഭാവത്തിന്റെ അതീവസങ്കീർണതകളെ തീക്ഷ്ണതയോടെ ആവിഷ്കരിച്ചിട്ടുള്ള ഈ നോവൽ ആധുനിക അറ

ബിസാഹിത്യത്തിലെ മാസ്റ്റർപീസ് എന്ന് വിശേഷിപ്പിക്കപ്പെട്ടതിൽ അതിശയമില്ല. ഈ കൃതി *മലയാളമനോരമ*യിലെ ശ്രീ. ഉബൈദുള്ള മലയാളത്തിലേക്ക് പരിഭാഷപ്പെടുത്തിയിട്ടുണ്ട്.

തയ്യിബ് സ്വാലിഹിന്റെ മനോഹരമായ ഒരു ലഘുനോവലാണ് *സൈനിന്റെ കല്യാണം.* ഒരു ഗ്രാമത്തിലെ ജനജീവിതത്തെ ഇതിഹാസമായും മിത്തായും രൂപപ്പെടുത്തിയിരിക്കുന്നു. വിരൂപനായ, വെളിവില്ലാത്ത ഒരുവന്റെ ജീവിതത്തിലൂടെ ഒരു നാടിന്റെ, ഒരു രാജ്യത്തിന്റെ സാംസ്കാരികമായ ജീവിതമേഖലകളെ വാങ്മയചിത്രങ്ങളിലൂടെ സിനിമയിലെന്നപോലെ ദൃശ്യവൽക്കരിച്ചിരിക്കുന്നു. വയലുകളിൽ ജോലിയെടുത്തും വെള്ളം കോരിയും ജീവിക്കുന്ന വിരൂപനായ സൈൻ പെൺകുട്ടികളുള്ള ഉമ്മമാർക്ക് ഒരാശ്വാസമാണ്. അയാൾ കണ്ണുവച്ചാൽ ഏതു പെണ്ണിന്റെയും വിവാഹം ഉടനെ നടക്കും. അതിനാൽ ഉമ്മമാർ അയാളെ സൽക്കരിക്കുകയും അവനോട് സ്നേഹം കാട്ടുകയും ചെയ്യുന്നു. അവന്റെ കൂട്ടുകെട്ട് ഷേയ്ക്ക് ഹനീനെപ്പോലുള്ള സൂഫികളോടാണ്. ആ നാട്ടിൻപുറത്തെ അതിസുന്ദരിയായ ഒരു പെൺകുട്ടി അവനെ സ്നേഹിച്ചുതുടങ്ങിയിരിക്കുന്നു. അവൾ തന്നോട് പ്രേമത്തിലാണ് എന്ന് വിളിച്ചുകൂവി നടക്കാൻ അവന് കഴിയുന്നുമില്ല. സംഭവങ്ങളും കഥാപാത്രങ്ങളും സാധാരണമല്ലാത്ത മാനങ്ങളോടെയാണ് വന്നുനിരക്കുന്നത്.

സൈനിന്റെ കഥ കേരളത്തിലെവിടെയോ നടന്നതാണെന്ന് തോന്നും. ഗ്രാമീണാന്തരീക്ഷത്തിന് അത്രമാത്രം സാമ്യമുണ്ട്. പ്രകൃതിയും അവിടത്തെ ആൾക്കാരും അവരുടെ സവിശേഷതകളും എല്ലാം നമ്മുടേതുതന്നെ. മനുഷ്യപ്രകൃതി ലോകത്തെവിടെയും ഒരുപോലെതന്നെ ആവാം.

ആ പ്രത്യേകത നിലനിർത്താൻ സഹായിക്കുന്ന തരത്തിൽ നാടൻശൈലിയും ആഖ്യാനവും പരിഭാഷയിൽ സ്വീകരിച്ചിട്ടുണ്ട്. മൂലകൃതിയുടെ സത്ത ചോർന്നുപോകാതെ ശ്രദ്ധിച്ചിട്ടുമുണ്ട്.

ബി എം സുഹറ

ഒന്ന്

"അറിഞ്ഞില്ലേ? നമ്മുടെ സൈൻ കല്യാണംകഴിക്കാൻ പോകുന്നു." എന്നും പുലർച്ചേ ബഹളംവച്ചുകൊണ്ട് എത്താറുള്ള പാൽക്കാരി ഹലീമ പാലൊഴിച്ചുകൊടുക്കുന്നതിനിടയിൽ നാടുമുഴുവൻ കേൾക്കെ വിളിച്ചുപറഞ്ഞു. ആമിനയുടെ കൈ വിറച്ചു. പാൽപ്പാത്രം താഴെവീണ് പാൽ പകുതിയും തുളുമ്പിപ്പോയി. സാധാരണരീതിയിലാണെങ്കിൽ പാൽ കളഞ്ഞതിന് ആമിന വഴക്കിടേണ്ടതാണ്. അവസരം മുതലാക്കി കൂടുതൽ പാൽ കൊടുക്കാതെ ഹലീമ സ്ഥലം വിട്ടു.

ഉച്ചനേരം. കുട്ടികളെല്ലാം ക്ലാസിലായതുകാരണം സ്കൂൾ മുറ്റം മരുഭൂമി പോലെ വിജനം. പെട്ടെന്ന് ഒരാൺകുട്ടി ഓടിക്കിതച്ചെത്തി. ഹെഡ്മാസ്റ്ററുടെ മുറിക്ക് മുന്നിലെത്തിയപ്പോഴേ അവൻ ശ്വാസംവിട്ടുള്ളൂ. അവൻ വാതിൽക്കൽ നിന്ന് കിതച്ചു.

"എന്താടാ മരക്കഴുതേ, ഇപ്പോഴാണോ നേരം വെളുത്തത്?"

ഹെഡ്മാസ്റ്ററുടെ ശാസന കേട്ട് അന്ന് അവൻ ഭയന്നില്ല. കണ്ണുകളിൽ കുസൃതി.

"സാർ അറിഞ്ഞില്ലേ?"

"കളിപ്പിക്കാനാ ഭാവം? കൊരങ്ങൻ."

ഹെഡ്മാസ്റ്ററുടെ വിരട്ടൽ അവനെ അൽപ്പമൊന്ന് അമ്പരപ്പിക്കാതിരുന്നില്ല. എങ്കിലും തികട്ടിവന്ന ചിരി അടക്കിക്കൊണ്ട് അവൻ പറഞ്ഞു.

"മറ്റന്നാൾ സൈനിന്റെ കല്യാണമാണത്രേ!"

പൊളിച്ച വായ അടയ്ക്കാതെ ഹെഡ്മാസ്റ്റർ മിഴിച്ചുനിന്നു. അതിനിടയിൽ കുട്ടി വന്ന അതേ വേഗത്തിൽ തിരിച്ചോടി.

അരിശത്താൽ ചുവന്നുതുടുത്ത മുഖമായാണ് അബ്ദുൽ സമദ് മാർക്കറ്റിലുള്ള ഷെയിക് അലിയുടെ പീടികയിലെത്തിയത്. കടം വാങ്ങി

യാൽ തിരിച്ചു കൊടുക്കണമെന്ന ചിന്തയില്ല. ഒരു മാസമായി പുകയില ക്കച്ചവടക്കാരൻ ഷെയിക്ക് അലി അയാളെ ഇട്ട് നട്ടം തിരിപ്പിക്കുന്നു. എന്നു മെന്നും ഓരോരോ നാട്യങ്ങൾ. സ്നേഹിച്ചോ, ക്രോധിച്ചോ, ഇന്ന് പണം തിരിച്ചുവാങ്ങിയിട്ടേ ബാക്കി കാര്യമുള്ളൂ. ഉറപ്പിച്ചുതന്നെയാണ് അബ്ദുൽ സമദിന്റെ പുറപ്പാട്.

"നീ എന്തു ഭാവിച്ചാ അലീ? എന്റെ പണം തിരിച്ചുതരാൻ ഉദ്ദേശമി ല്ലെങ്കിൽ അതു പറ. കടം തന്നാൽ തിരിച്ചുവാങ്ങാനും എനിക്കറിയാം."

"അള്ളാഹുവിനെ മറന്ന് സംസാരിക്കല്ലേ അബ്ദുൾ സമദ് ഹാജീ. തൽക്കാലം ഒരഞ്ചുമിനിട്ട് ഇവിടെ ഇരുന്നേ. നല്ല ഒന്നാന്തരം കാപ്പിയു ണ്ട്. കുറച്ചെടുക്കട്ടെ?"

"എന്റെ പട്ടിക്കുവേണം നിന്റെ കാപ്പി. നീ ആ പണപ്പെട്ടി തുറക്കു ന്നുണ്ടോ? തരാൻ ഉദ്ദേശ്യമില്ലങ്കിൽ തുറന്നുപറ. നിന്നെ ഞാൻ വെറുതെ വിടുമെന്ന് കരുതണ്ട."

വായിലെ പുകയിലച്ചണ്ടി തുപ്പിയിട്ട് അലി സമാധാനിപ്പിച്ചു:

"ഇവിടെ ഇരിയെന്നേ. രസകരമായ ഒരു കാര്യം പറയാനുണ്ട്."

"നിന്റെ വിടുവായത്തരം കേട്ടിരിക്കാൻ എനിക്കിപ്പോൾ സമയമില്ലെ ങ്കിലോ? എന്നെ മണ്ടനാക്കാൻ നോക്കല്ലേ. ഓരോ കാര്യങ്ങളെടുത്തിട്ട് എന്നെ തണുപ്പിക്കാൻ നോക്കണ്ട. ഇന്നു നിന്നെ ഞാൻ വെറുതെ വിടില്ല."

"സത്യമായിട്ടും കളിപ്പിക്കുകയല്ല. നിങ്ങളുടെ പണത്തെക്കുറിച്ച് ചിന്തയേ വേണ്ട. എന്നുവേണമെങ്കിലും തരാം. തൽക്കാലം ഒന്നിരുന്നേ, സൈനിന്റെ കല്യാണക്കഥ കേൾക്കണ്ടേ?"

"എന്താ പറഞ്ഞത്? ആരുടെ കല്യാണം...?"

"സൈനിന്റെ..."

കൈ രണ്ടും തലയിൽ വച്ച് അബ്ദുൽ സമദ് ഹാജി അറിയാതെ ഇരുന്നുപോയി. നാക്ക് താണുപോയതുപോലെ. സംഗതി ഏറ്റിരിക്കുന്നു എന്ന് അലിക്ക് ബോധ്യമായി. അഞ്ചുമിനുട്ട് സ്തംഭിച്ചിരുന്നിട്ട് ഹാജി വായ തുറന്നു.

"സർവശക്തനായ റബ്ബേ, മുത്തുനബിയേ ഞാനെന്താ ഇക്കേട്ടത്!"

പണത്തിന്റെ കാര്യംപോലും ഹാജി മറന്നുപോയി.

ഉച്ചയായതോടെ വാർത്ത ഗ്രാമത്തിൽ പടർന്നു. സൈൻ പതിവു പോലെ കിണറ്റിൻകരയിൽ സ്ത്രീകളുടെ കുടങ്ങളിൽ വെള്ളം കോരി നിറച്ചുകൊടുക്കുകയായിരുന്നു.

"സൈനിനും കല്യാണം... സൈനിനും കല്യാണം..."

കൊച്ചുകുട്ടികൾ അവന്റെ ചുറ്റുംകൂടി ആർത്തുവിളിച്ചു. സൈൻ കുട്ടികളെ കല്ലെറിഞ്ഞ് ഓടിച്ചു. അവന്റെ ചുറ്റുംകൂടി കിന്നാരം ചോദിച്ച സ്ത്രീകളെ നുള്ളിയും മാന്തിയും ചിരിപ്പിച്ചു. ചിലരുടെ വസ്ത്രത്തുമ്പിൽ പിടിച്ചുവലിച്ചു. കുട്ടികളും വലിയവരും അവനെ നോക്കി ആർത്തുചി രിച്ചു. സൈനിനെ കാണുമ്പോൾ ഇത്തരം രംഗങ്ങൾ ഗ്രാമത്തിൽ പതി വാണ്. എങ്കിലും അന്ന് എല്ലാവർക്കും കൂടുതൽ ഉത്സാഹം.

സാധാരണ കുഞ്ഞുങ്ങൾ കരഞ്ഞുകൊണ്ടാണല്ലോ പുറത്തേക്കു വരിക. പക്ഷേ, സൈൻ ചിരിച്ചുകൊണ്ടാണ് പിറന്നതെന്ന് സൈനിന്റെ ഉമ്മയും പ്രസവമെടുത്ത വയറ്റാട്ടിയും സഹായികളും ആണയിട്ടു പറയുന്നു. ഇപ്പോഴും അങ്ങനെതന്നെ. വെറുതെ ചിരിച്ചുകൊണ്ടിരിക്കും. വളർന്ന് ഒത്ത ആളായിട്ടും വായിൽ ആകെ രണ്ടു പല്ലുകൾ. ഒന്ന് താഴെയും ഒന്ന് മുകളിലും. സൈനിന്റെ ഉമ്മ പക്ഷേ, അത് സമ്മതിച്ചു തരില്ല. സൈനിന്റെ വായിൽ മുത്തുപോലെ തിളങ്ങുന്ന കൊച്ചരിപ്പല്ലുകൾ ഉണ്ടായിരുന്നു എന്നാണ് അവർ പറയുന്നത്. സൈനിന് ആറുമാസം പ്രായമായപ്പോൾ ഉമ്മ അവനെയും ഒക്കിലെടുത്ത് ഒരു ബന്ധുവിന്റെ വീട്ടിൽ വിരുന്നിന് പുറപ്പെട്ടു. വണ്ടി വൈകിയതിനാൽ നേരമിരുട്ടി. ദൂരം പിന്നേയും ഏറെ ബാക്കി. ആകാശമിരുട്ടിയപ്പോൾ നടത്തത്തിന് വേഗം കൂട്ടി. അടുത്തെങ്ങും ആളും മനുഷ്യരുമില്ല. പെട്ടെന്ന് കൈയിലിരുന്ന കുഞ്ഞ് ആരോ തള്ളിയിട്ടതുപോലെ താഴെ വീണു. കുട്ടിയുടെ ശരീരം ചുട്ടുപൊള്ളി. തൊട്ടാൽ പൊള്ളുന്ന പനി. വിറച്ചുകൊണ്ട് അവൻ ഉറക്കെ കരയാൻ തുടങ്ങി. ഒരുവിധം വീടെത്തിയെന്ന് പറഞ്ഞാൽ മതിയല്ലോ. പനി വിടാൻ ഏറെ നാളുകളെടുത്തു. ഒരുപാട് വൈദ്യന്മാരെ കാണിച്ചു. നേർച്ചകൾ നേർന്നു. ആയുസിന്റെ ബലംകൊണ്ട് കുട്ടി രക്ഷപ്പെട്ടു. പനി മാറിയപ്പോൾ അവന്റെ വായിലെ കൊച്ചരിപ്പല്ലുകൾ ഓരോന്നായി കൊഴിഞ്ഞുപോയി. രണ്ടെണ്ണം മാത്രം ബാക്കിയായി.

നീണ്ട മുഖം. എഴുന്നുനിൽക്കുന്ന താടിയെല്ലുകൾ. പുറത്തേക്ക് തള്ളി നിൽക്കുന്ന ഉരുണ്ട നെറ്റിത്തടം. അവന്റെ ചെറിയ കണ്ണുകളാകട്ടെ എപ്പോഴും ചുവന്നിരിക്കും. കുഴിഞ്ഞ കൺതടങ്ങൾ. കണ്ണുകൾ ഏതോ കുഴിയിൽ നിന്ന് തള്ളി വരുന്നതായിട്ടാണ് തോന്നുക. ഒരു രോമം പോലും കിളുക്കാത്ത മിനുസമുള്ള മുഖം. പുരികമോ, പുരികക്കൊടിയോ, താടിമീശകളോ ഇല്ല അവന്. നീണ്ട കഴുത്താണ് മുഖത്തെ ശരീരവുമായി ബന്ധിപ്പിക്കുന്നത്. അതുകാരണം കുട്ടികൾക്ക് അവൻ 'ജിറാഫാ'ണ്. കവച്ചുവെച്ചതുപോലുള്ള തോളുകൾക്ക് നല്ല കരുത്താണ്. ആകെക്കൂടി ത്രികോണാകൃതിയാണ് അവന്. കുരങ്ങിന്റേതുപോലെ നീണ്ട് തൂങ്ങിയാടുന്ന കൈകളിൽ കൂർത്ത നഖങ്ങൾ. സൈൻ ഒരിക്കലും നഖം വെട്ടാറില്ല. ഉള്ളിലേക്ക് തള്ളിയ നെഞ്ച്. പുറത്തൊരു കൂനും. കാലുകൾ കൊറ്റിയുടേതുപോലെ നീണ്ടിട്ടാണ്. പാദങ്ങളിൽ മുറിവിന്റെ അടയാളങ്ങൾ. ചുരുക്കിപ്പറഞ്ഞാൽ ഓരോ അവയവത്തിനും ഓരോ കഥ പറയാനുണ്ടെന്നുതോന്നും അവനെ കണ്ടാൽ.

കാലുകളിൽ അവിടവിടെയായുള്ള മുറിപ്പാടുകൾ ചൂണ്ടിക്കാണിച്ച് സൈൻ പറയും:

"കേട്ടോ കൂട്ടരേ, ഈ മുറിപ്പാടുകൾ കണ്ടില്ലേ? ഓരോന്നിന് പിന്നിലും ഓരോരോ കഥകളുണ്ട്. കേൾക്കണോ നിങ്ങക്ക്?"

"മരത്തലയാ, വീമ്പിളക്കല്ലേ, നീ കക്കാൻ പോയപ്പോൾ ആരോ പൂശിയതല്ലേ?"

മെഹബജ് പരിഹസിക്കും.

ഉടനെ സൈനിന്റെ രൂപം മാറും. അവൻ ശഠേന്ന് പിറകോട്ട് മറിയും. കാലുകൾ രണ്ടും ആകാശത്തേക്കുയർത്തി. കൈകൾ നിലത്തിട്ടടിച്ച് കഴുതയപ്പോലെ അമറും. അതാണവന്റെ ചിരി. അതുകണ്ട് ചുറ്റും കൂടിയവരും ഉറക്കെ ചിരിക്കാൻ തുടങ്ങും. ഒടുവിൽ തന്നത്താൻ നിയന്ത്രിച്ച് എഴുന്നേറ്റിരുന്നിട്ട് പറയും. "നേരാ, ഞാൻ കക്കാൻ പോയപ്പോ..."

"എടാ തെണ്ടീ, എന്തു കക്കാനായിരുന്നു നീ പോയത്? തീറ്റിപ്പണ്ടാരം. ആരുടെയോ അടുക്കളയിൽ മോട്ടിക്കാൻ കയറിയതാകും."

വീണ്ടും മെഹജബിന്റെ പരിഹാസം.

സൈൻ മുഖത്തെ പൊടി തുടച്ചിട്ട് വീണ്ടും അലറിച്ചിരിക്കും. ഏതോ വീടിന്റെ അടുക്കളയിൽ നുഴഞ്ഞുകയറിയപ്പോൾ കിട്ടിയ അടിയുടെ പാടായിരിക്കും അതെന്ന് ജനക്കൂട്ടം ഉറപ്പിക്കും. സൈനിന്റെ തീറ്റക്കൊതി നാട്ടിൽ പാട്ടാണല്ലോ. കല്യാണസദസുകളിൽ വട്ടംകൂടിയിരുന്നാണ് ഭക്ഷണം കഴിക്കുന്നത്. അവരവരുടെ പന്തികളിൽനിന്ന് സൈനിനെ ഒഴിവാക്കാൻ ഓരോരുത്തരും കിണഞ്ഞുശ്രമിക്കുക പതിവാണ്. സൈനിന്റെ പന്തിയിലിരുന്നാൽ പട്ടിണിതന്നെ എന്ന് അവർക്ക് ഉറപ്പാണ്.

"സയ്യിദിന്റെ കല്യാണദിവസം എന്തൊക്കെയാണ് നീ കാട്ടിക്കൂട്ടിയതെന്ന് ഓർമയുണ്ടോ?"

"പിന്നില്ലാതെ? ഇസ്മായലിന്റെ മകൻ തടഞ്ഞില്ലായിരുന്നെങ്കിൽ ഞാൻ നല്ലൊരു തട്ട് തട്ടിയേനെ. അന്ന് ഭാഗ്യംകൊണ്ടാ അവന്റെ കയ്യീന്ന് അടികിട്ടാതെ രക്ഷപ്പെട്ടത്." എന്തോ വീരകൃത്യം ചെയ്ത മട്ടായിരുന്നു അപ്പോൾ അവന്.

സയ്യിദിന്റെ വിവാഹത്തിന് വിളമ്പുകാരുടെ കൂട്ടത്തിൽ സൈനും കൂടി. അടുക്കളയിൽ നിന്ന് ഭക്ഷണത്താലങ്ങൾ പന്തിയിലിരിക്കുന്നവരുടെ മുന്നിലെത്തിക്കണം. അടുക്കളയിൽനിന്ന് താലവുമായി പുറപ്പെടുന്ന സൈൻ പന്തലിലെത്തുമ്പോഴേക്ക് ഇറച്ചിക്കഷ്ണങ്ങൾ മുഴുവൻ അകത്താക്കിയിരിക്കും. മൂന്നുതവണ അവൻ ഈ പണി ഒപ്പിച്ചു. ഇസ്മായിലിന്റെ മകൻ എല്ലാം ഒളിഞ്ഞുനിന്നു കാണുന്നുണ്ടായിരുന്നു. താലവുമായി പുറപ്പെട്ട സൈൻ അടപ്പുതുറന്ന് കോഴി പൊരിച്ചത് വായിലിട്ടതും നടുപ്പുറത്ത് അടി വീണു.

"അക്കഥ ഞങ്ങൾക്കറിയാം. ഈ പുതിയ പാടിന്റെ കഥ പറയെടാ തെമ്മാടീ..."

ജനക്കൂട്ടം ചെവി കൂർപ്പിച്ച്. കാത്തിരിക്കുന്നതുകണ്ടപ്പോൾ സൈനിന്റെ ആവേശം ഏറി. അവൻ നിവർന്നിരുന്ന് കൈകൾ കാൽമുട്ടുകൾക്കിടയിൽ തിരുകിയിട്ട് തുടർന്നു.

"കഴിഞ്ഞ വേനലിൽ പാടത്ത് തിന കൊയ്യാറായ കാലം. വെള്ളം തേവി നിന്ന് നേരമിരുട്ടിയതറിഞ്ഞില്ല. വീട്ടിലേക്ക് നടക്കുമ്പോൾ മാനത്ത് ചന്ദ്രൻ ഉദിച്ചു പൊങ്ങിയിരുന്നു. ഗ്രാമത്തിനടുത്തുള്ള മൺതിട്ടയ്ക്കടു

ത്തെത്തിയപ്പോൾ എന്റെ കൂട്ടരേ, കുരവയും മുട്ടും പാട്ടും കൂക്കും വിളിയും."

"അതു നേരായിരിക്കും. ആയിടയ്ക്കായിരുന്നു ബക്രിയുടെ വിവാഹം."

മെഹജബ് ഇടയിൽ കയറി പറഞ്ഞു.

കേൾക്കാത്ത മട്ടിൽ സൈൻ തുടർന്നു.

"എന്താണെന്ന് നോക്കിക്കളയാമെന്ന് ഞാനും കരുതി. ചെന്നപ്പോൾ എന്താ ഹരം! ചെണ്ടയും മുട്ടും പാട്ടും പൊടിപൂരം. കല്യാണംതന്നെ. വയറാണെങ്കിൽ എരിയുന്നു. എവിടെ അടുക്കള എന്നായി എന്റെ നോട്ടം."

കേൾവിക്കാരുടെ ഉറക്കെയുള്ള ചിരി.

"അടുക്കളയിൽ ചെന്ന് പെണ്ണുങ്ങളെക്കണ്ട് മണി അടിച്ചപ്പോൾ അടിയും പൊടിയും പെറുക്കി തിന്നാൻ തന്നു. എന്തോ കയ്പുള്ള സാധനം കുടിക്കാനും തന്നു."

"എടാ പമ്പരവിഡ്ഢീ അത് കള്ളായിരിക്കും..."

മെഹജബ്.

"അത് കള്ളല്ലെന്ന് എനിക്കുറപ്പാണ്. കള്ള് എന്താണെന്നറിയാത്ത വിഡ്ഢിയൊന്നുമല്ല ഞാൻ. കേട്ടോ കൂട്ടരേ, എന്തായാലും ആ സാധനം ശരിക്കും എന്റെ തലയ്ക്കുപിടിച്ചു. ഞാൻ അടുക്കള വിട്ടു. എത്തിയത് പെണ്ണുങ്ങളുടെ മുറിയിലാണ്. എങ്ങും അത്തറിന്റെ പരിമളം. വേണമെന്ന് വെച്ചിട്ടല്ലെങ്കിലും അതെന്നെ മത്തുപിടിപ്പിച്ചു."

"എന്നിട്ടോ?"

അബ്ദുൾ ഹഫീസിന് ആകാംക്ഷ അടക്കാൻ കഴിഞ്ഞില്ല. അത് ശ്രദ്ധിക്കാതെ സൈൻ കഥ തുടർന്നു:

"പെണ്ണുങ്ങളുടെ നടുവിൽ പട്ടിലും പൊന്നിലും പൊതിഞ്ഞ നവവധു. കരള് കുളിർപ്പിക്കുന്ന നറുമണം."

അത്രയും പറഞ്ഞിട്ട് അവൻ കേൾവിക്കാരെ തറപ്പിച്ചുനോക്കി. വായ തുറന്നുപിടിച്ചതുകാരണം പല്ലുകൾ രണ്ടും പുറത്ത്. അവനങ്ങനെ അനങ്ങാതെ നിൽക്കുന്നത് കണ്ടപ്പോൾ മെഹജബിന്റെ ക്ഷമകെട്ടു.

"എന്നിട്ട് നീ എന്തു ചെയ്തെന്ന് പറ."

"ഞാൻ ഒരു ചാട്ടത്തിന് വധുവിന്റെ അടുത്തെത്തി."

സൈൻ തവളയെപ്പോലെ ചാടിക്കൊണ്ടാണ് പറഞ്ഞത്.

അപ്പോൾ കൂട്ടച്ചിരി. സൈൻ കമഴ്ന്ന്വീണ് കാലുയർത്തി കുരങ്ങനെപ്പോലെ കരണംമറിഞ്ഞ് കോമാളിച്ചിരി തുടർന്നു. പിന്നീടവൻ എഴുന്നേറ്റിരുന്ന് ചിരിച്ചുകൊണ്ടുതന്നെ പറഞ്ഞു:

"ഞാനാ പെണ്ണിനെ കെട്ടിപ്പിടിച്ച് ചുണ്ടുകളിൽ കടിച്ചു."

ആകെ അമ്പരന്ന മെഹജബ് പറഞ്ഞു:

"യാ ഇലാഹീ, നീയല്ലാതെ ഒരാരാധ്യനുമില്ല. മുഹമ്മദ് നബി നിന്റെ ദൂതനുമാണ്. ഈ വൻദോഷം നീ തന്നെ പൊറുത്തുകൊടുക്കണേ റബ്ബേ."

"വധു പേടിച്ചു നിലവിളിച്ചു. പെണ്ണുങ്ങൾ ഇളകിമറിഞ്ഞു. കൂട്ടക്കരച്ചിൽ. പെട്ടെന്നാണ് ഒരു കത്തി എന്റെ നെരിയാണിയിൽ വന്നുതറച്ചത്. വേദനകൊണ്ട് ഞാൻ പിടഞ്ഞുപോയി. എന്റെ കൂട്ടരേ, എങ്ങനെയോ ഞാൻ ഓടി പുറത്തുകടന്നു. വീടെത്തുന്നതുവരെ തിരിഞ്ഞുനോക്കാൻ പോയില്ല."

പെട്ടെന്ന് അവന്റെ ഭാവം മാറി. അവൻ ഗൗരവത്തോടെ മെഹജബിനോട് ചോദിച്ചു:

"അക്കഥ വിട്. നിങ്ങളുടെ മകൾ അലവിയ്യയെ എനിക്ക് വിവാഹം കഴിച്ചുതരുമോ? ഇല്ലെങ്കിൽ അതുപറ."

"തീർച്ചയായും വിവാഹം കഴിച്ചുതന്നേക്കാം. ഈ ജനക്കൂട്ടം സാക്ഷി. അതിന് ചില വ്യവസ്ഥകളൊക്കെയുണ്ട്. നീ ഗോതമ്പും ഈന്തപ്പഴവും തിനയും വിറ്റ് ധാരാളം പണവുമായി എത്തണം. എങ്കിൽ നമുക്ക് വിവാഹം ആഘോഷമായിട്ട് നടത്താം."

മെഹജബിന്റെ ഉത്തരം സൈനിനെ തൃപ്തിപ്പെടുത്തി. അവൻ ചുണ്ടുകൾ കടിച്ചുപിടിച്ച് ചിന്തയിൽ മുഴുകി. ഭാവികാര്യങ്ങൾ ഓർത്താകണം അവന്റെ മുഖത്ത് ഗൗരവം. കല്യാണം കഴിച്ചാൽ പോരല്ലോ, ഭാര്യയെയും കുട്ടികളെയും പുലർത്തണ്ടേ? അലവ്വിയ്യയോടൊത്തുള്ള ജീവിതം അവൻ സ്വപ്നം കണ്ടു.

"അപ്പോൾ അങ്ങനെതന്നെ. സഹോദരന്മാരേ നിങ്ങൾ സാക്ഷി. ഈ മനുഷ്യൻ എനിക്കു തന്ന വാക്ക് നിങ്ങളും കേട്ടതാണല്ലോ. ഇനി നാളെപ്പിറ്റേന്ന് ഇയാൾ വാക്കുമാറിയാൽ നിങ്ങൾ എന്റെ കൂടെ നിൽക്കണം."

അഹമ്മദ് ഇസ്മായിൽ, താഹിർ റവ്വാസി, അബ്ദുൽ ഹഫീസ്, ഹമദ് വദ്റയീസ്, കടയുടമസ്ഥൻ സയ്യിദ് തുടങ്ങിയ മാന്യന്മാർ സമ്മതഭാവത്തിൽ തലകുലുക്കി. അള്ളാഹു അനുവദിക്കുകയാണെങ്കിൽ ഈ വിവാഹം നടത്തുകതന്നെ ചെയ്യും. അവർ ഒന്നിച്ചുപറഞ്ഞു.

അലവ്വിയ്യ സൈനിന്റെ പ്രണയകഥയിലെ ഏറ്റവും പുതിയ നായികയായിരുന്നു. ഒന്നോ രണ്ടോ മാസം കഴിയുമ്പോൾ സൈൻ അക്കഥ മറക്കും. പുതിയൊരു നായികയെ കണ്ടെത്തുകയും ചെയ്യും. ഒരു സമയത്ത് ഒരാൾ മാത്രമേ മനസിലുണ്ടാവുകയുള്ളൂ. രാവിലെ തുടങ്ങിയ പ്രേമം ഉച്ചയ്ക്കുമുമ്പ് അസ്തമിച്ചെന്നും വരാം. ഉച്ചയാകുമ്പോൾ വിയർത്തുകുളിച്ച് പാടത്ത് പണിയെടുക്കുന്നതിനിടയിൽ അവൻ കൂവിയേക്കാം.

"കൂട്ടുകാരേ കേൾക്കിൻ, നിങ്ങൾ സാക്ഷി. ഇതാ മെഹജബിന്റെ വയലിൽ വെച്ച് എനിക്ക് വീണ്ടും പ്രേമം തുടങ്ങിയിരിക്കുന്നു."

അടുത്തുള്ള പാടത്തും പറമ്പിലും പണിയെടുക്കുന്നവർ പണിനിർത്തി സൈനിന്റെ വാക്കുകൾക്കായി കാതോർക്കുന്നു. ചെറുപ്പക്കാരൻ ചിരിച്ചുമറിയുമ്പോൾ വയസന്മാരുടെ മുഖങ്ങളിൽ മടുപ്പ്: "ആ പ്രാന്തൻ ചെക്കന് വീണ്ടും ഹാലിളകിയല്ലോ."

സന്ധ്യക്ക് പണി കഴിഞ്ഞ് ആണും പെണ്ണും കുട്ടികളും മുതിർന്ന

വരും കൂട്ടത്തോടെയാണ് വീടുകളിലേക്ക് മടങ്ങുന്നത്. അപ്പോഴും സൈനായിരിക്കും നേതാവ്. അവൻ നിർത്താതെ ചിലച്ചുകൊണ്ടേയിരിക്കും. ഒരു ചെറുപ്പക്കാരന്റെ തോളത്തൊരു തട്ട്. അല്ലെങ്കിൽ ഏതെങ്കിലും പെൺകുട്ടിയുടെ കവിളത്തൊരു കിള്ളൽ. അല്ലെങ്കിൽ ആകാശത്തേക്ക് തവളയെപ്പോലൊരു ചാട്ടം. അങ്ങനെ എന്തെങ്കിലും കുസൃതികൾ അവൻ ഒപ്പിച്ചുകൊണ്ടേയിരിക്കും. കുറ്റിച്ചെടികൾക്കു മുകളിൽക്കൂടി കുതിച്ചുചാടുക അവന്റെ സ്ഥിരം പതിവാണ്. അതിനിടയിലാണ് ഗ്രാമം മുഴുക്കെ കേൾക്കെയുള്ള അലറൽ.

"നാട്ടാരേ... കേട്ടാലും... മെഹജബിന്റെ പാടത്തുവെച്ച് ഞാനൊരു പെണ്ണിനെ പ്രേമിച്ചു തുടങ്ങിയിരിക്കുന്നു. അവളെന്നെ പ്രേമിച്ച് കൊല്ലും..."

രണ്ട്

പതിമൂന്നോ പതിനാലോ വയസുള്ളപ്പോഴായിരുന്നു സൈനിന്റെ ആദ്യ പ്രേമം. അന്നവൻ ഇത്തിരിപ്പോന്നൊരു ചെക്കനായിരുന്നു. ജനം എന്തുതന്നെ പറഞ്ഞാലും സൈൻ സൗന്ദര്യബോധമുള്ളവനാണെന്ന കാര്യത്തിൽ സംശയമില്ല. അതിസുന്ദരികളായ വളരെ മര്യാദക്കാരായ കുട്ടികളെ തെരഞ്ഞുപിടിച്ചാണ് അവൻ പ്രേമിക്കുക. ഒമദയുടെ മകൾ അസ്സ... പതിനഞ്ചുതികയും മുമ്പേ അവളുടെ സൗന്ദര്യം പൂത്തുലഞ്ഞു. വെള്ളം കിട്ടുമ്പോൾ പന തഴച്ചുവളരുന്നതുപോലെ. കൊയ്ത്താറായ വിളഞ്ഞ ഗോതമ്പിന്റെ സ്വർണനിറമാണവൾക്ക്. കറുത്തുവിടർന്ന കണ്ണുകൾ. അവൾ കണ്ണടയ്ക്കുമ്പോൾ നീണ്ട പുരികക്കൊടികൾ കരളിൽ തറയ്ക്കുന്നതായി തോന്നും. ഒതുങ്ങിയ ശരീരം. ഗ്രാമത്തിലെ മറ്റു യുവാക്കൾ അസ്സയെ ശ്രദ്ധിച്ചത് സൈൻ പറഞ്ഞപ്പോൾ മാത്രമാണ്.

ഒമദയുടെ പാടത്ത് കൃഷിപ്പണിക്കായി ധാരാളം പേരുണ്ടായിരുന്നു. എല്ലാവരും കേൾക്കെയാണ് സൈനിന്റെ അലർച്ച.

"നാട്ടുകാരേ, സുഹൃത്തുക്കളേ, ഒമദയുടെ മകൾ അസ്സ... അവളുടെ സൗന്ദര്യം വിവരിക്കാൻ എനിക്ക് വാക്കുകളില്ല. സൈനിന്റെ കഥ കഴിഞ്ഞു. അതേ, കൂട്ടരേ, അസ്സയുടെ കണ്ണുകൾ കഠാരമുനപോലെ സൈനിന്റെ മാറു പിളർന്നു..."

ജനക്കൂട്ടത്തിന് തമാശ. ഒമദയാകട്ടെ സൈനിനെ തുറിച്ചുനോക്കി. ഉണങ്ങിയ ആട്ടിൻതോലുപോലുള്ള സൈൻ. നീലത്താമരപോലുള്ള അസ്സ. അവർ ഒന്നിച്ചുനിൽക്കുന്നതോർത്ത് ജനം ആർത്തുചിരിച്ചു. മരച്ചോട്ടിൽ കസേരയിലിരുന്ന് പണിയെടുപ്പിക്കുകയായിരുന്നു ഒമദ. വെയിലുകാരണം കണ്ണുകൾ ചുവന്നിരുന്നു. പൊടിപിടിച്ച താടി. സൈനിന്റെ തോന്ന്യോന്നിത്തം കണ്ണുകൾ ഒന്നുകൂടി ചുവപ്പിച്ചു. എങ്കിലും കൂട്ടച്ചിരി

യിൽ അയാളും ചേർന്നു. ഒമദ പൊതുവേ ഗൗരവക്കാരനാണ്. ചിരി വല്ലപ്പോഴും മാത്രം. അവിടെ രംഗം തണുപ്പിക്കാൻ ചിരിയല്ലാതെ മറ്റൊരു നിവൃത്തിയുമില്ലെന്ന് അയാൾക്ക് തോന്നിയിരിക്കും.

"എടോ സൈൻ, വൈകുന്നേരംവരെ ഇതുപോലെ നന്നായി പണിയെടുത്താൽ അസ്സയെ നിനക്ക് കെട്ടിച്ചുതന്നേക്കാം."

ഒരു വിധം പറഞ്ഞൊപ്പിച്ചു. പണിക്കാർ ആർത്തുചിരിച്ചു. പക്ഷേ സൈൻ ചിരിച്ചില്ല. അവൻ എന്തോ ചിന്തയിൽ മുഴുകിയതു കാരണം അവരുടെ ചിരി കേട്ട ഭാവമേ ഇല്ല.

ഒരു മാസത്തോളം സൈനിന് ഈ ഒരു കാര്യം മാത്രമേ ആരോടും പറയാനുണ്ടായിരുന്നുള്ളൂ. അസ്സയെ വിവാഹം കഴിച്ചുകൊടുക്കാമെന്ന് ഒമദ ഏറ്റ കാര്യം അവൻ നാട്ടുകാരെ മുഴുവൻ അറിയിച്ചു. സൈനിനെ എങ്ങനെ ഉപയോഗപ്പെടുത്തണമെന്ന് ഒമദയ്ക്ക് നന്നായി അറിയാം. ഭൂതത്താന്മാർക്കുപോലും കഴിയാത്ത കഠിനജോലികളാണ് ഒമദ സൈനിനെ ഏൽപ്പിച്ചത്. പാവം കാമുകൻ! എന്തിനും തയാറായിരുന്നു. ഇരുതോളുകളിലും വെള്ളപ്പാത്രങ്ങൾ ഏന്തി സൈൻ നട്ടുച്ചയ്ക്കുപോലും ഒമദയുടെ തോട്ടം നനച്ചു. അവനെക്കാൾ വലിയ കോടാലികൊണ്ട് മരം വെട്ടി. വിറകു കീറി. ഒമദയുടെ വളർത്തുമൃഗങ്ങളെ മേച്ചുനടന്നു. അസ്സ അവനെ നോക്കി ഒന്നു ചിരിച്ചപ്പോൾ അവന് ലോകം കീഴടക്കിയ മട്ടായിരുന്നു. ഒരു മാസം തികയാറായപ്പോൾ അസ്സയുടെ വിവാഹം നിശ്ചയിച്ചു. അവളുടെ മുറച്ചെറുക്കനായിരന്നു വരൻ, അബു. അയാൾ അഷറിൽ മെഡിക്കൽ അസിസ്റ്റന്റായിരുന്നു.

എതിർത്തൊന്നും ഉരിയാടാതെ, പ്രതിഷേധം ഏതും കാണിക്കാതെ സൈൻ മറ്റൊരുത്തിയെ പ്രേമിക്കാൻ തുടങ്ങി. ഇത്തവണ അവന്റെ 'ലൈല' നാടുചുറ്റി നടക്കുന്ന ബദുക്കളുടെ കൂട്ടത്തിലുള്ള ഒരു പെൺകുട്ടി ആയിരുന്നു. നൈൽ നദീതീരത്താണ് താമസം. അങ്ങ് ദൂരെ എവിടെയോ ആണ് അവരുടെ സ്വന്തം നാട്. അവരുടെ നാട്ടിൽ വരൾച്ച വരുമ്പോൾ ആടുമാടുകളും ഒട്ടകങ്ങളും മറ്റുമായി അവർ നദീതീരത്തുകൂടി യാത്ര ആരംഭിക്കുന്നു. വെള്ളമുള്ള ദിക്ക് അന്വേഷിച്ചാണ് യാത്ര. വരൾച്ച ചിലപ്പോൾ വർഷങ്ങളോളം തുടർന്നേക്കാം. മഴ പെയ്യാൻ മടിച്ചുനിൽക്കുന്ന മേഘങ്ങൾ, അവരെ പുതിയ മേച്ചിൽ സ്ഥലങ്ങൾ അന്വേഷിച്ച് യാത്ര തിരിക്കാൻ നിർബന്ധിതരാക്കുന്നു. അധികം പേരും വരൾച്ച മാറി നല്ലകാലം വരുമ്പോൾ തിരിച്ചുപോകാറാണ് പതിവ്. നൈൽതടത്തിലെ ചിട്ടപ്പെടുത്തിയ ജീവിതം ഇഷ്ടപ്പെടുന്ന ചുരുക്കം ചിലർ അവിടെത്തന്നെ തങ്ങിയെന്നുമിരിക്കും. അവർ നദീതീരത്ത് കൃഷിചെയ്തും കന്നുകാലികളെ മേച്ചും വിറക് പെറുക്കിയും കഴിച്ചുകൂട്ടി. വിളവുകാലത്ത് അവർ കുറഞ്ഞ വിലയ്ക്ക് ഈന്തപ്പഴം വാങ്ങി ശേഖരിക്കുകയും ക്ഷാമം വരുമ്പോൾ കൂടിയവിലയ്ക്ക് വിൽക്കുകയും ചെയ്തു. തങ്ങളാണ് ശരിയായ അറബികൾ എന്ന് അവർ ഉറച്ചുവിശ്വസിച്ചു. അതു കൊണ്ടു തന്നെ നാട്ടുകാരുമായി വിവാഹബന്ധങ്ങളിലേർപ്പെടാൻ അവർ തയാ

റായില്ല. ലക്ഷണംകെട്ട ബദുക്കൾ എന്നാണ് നാട്ടുകാർ അവരെ വിളിച്ചിരുന്നത്.

വെറുതെ ഒരിടത്ത് അടങ്ങി ഇരിക്കുന്നവനല്ല സൈൻ. നാടുമുഴുക്കെ തേരാപ്പാരാ നടക്കുക അവന്റെ പതിവാണ്. അങ്ങനെയാണ് ബദുക്കളുടെ കൂടാരത്തിലും എത്തിച്ചേർന്നത്. എന്തോ ആവശ്യം സാധിക്കാനുള്ള മട്ടിലായിരുന്നു അവന്റെ വരവ്. കളഞ്ഞുപോയതെന്തോ തെരയുന്നതുപോലെ അവൻ കൂടാരങ്ങൾക്കിടയിൽ നടന്നു. അങ്ങനെ പരതിനടക്കുന്നതിനിടയിലാണ് അവൻ ആ പെൺകുട്ടിയെ കണ്ടുമുട്ടിയത്. അവളുടെ സൗന്ദര്യം കണ്ട് ഭ്രമിച്ച സൈൻ തരിച്ചങ്ങനെ നിന്നുപോയി. സൈനിനെക്കുറിച്ചുള്ള വാർത്തകൾ ആ പെൺകുട്ടിയുടെ കാതിലും എത്തിയിരുന്നു. അവൾ അടുത്തുചെന്ന് തമാശമട്ടിൽ ചോദിച്ചു.

"ഏയ് സൈൻ നിന്നെ എനിക്ക് എന്തിഷ്ടമാണെന്നോ? നീയെന്നെ കല്യാണം കഴിക്കുമോ?"

സൈൻ സ്തംഭിച്ചുപോയി. ഇത്തവണ സൗന്ദര്യത്തെക്കാൾ അവനെ വീഴ്ത്തിയത് അവളുടെ വാക്കുകളായിരുന്നു. സമനില കൈവന്നപ്പോൾ അവൻ കൂകിയാർത്തു.

"കൂട്ടുകാരേ, നാട്ടുകാരേ അവളെന്നെ കൊന്നു..."

കൂടാരങ്ങളിൽനിന്നും വീടുകളിൽനിന്നും ഓരോരുത്തരായി പുറത്തേക്കിറങ്ങി. പെൺകുട്ടിയുടെ ഉമ്മ അവളെ വഴക്കുപറഞ്ഞു.

"എടീ ഹലീമാ, നീയെന്തിനാ ആ ചെകുത്താനോട് മിണ്ടാൻ പോയത്?"

പെൺകുട്ടിയുടെ സഹോദരന്മാർ സൈനിനെ അടിച്ചോടിച്ചു. പക്ഷേ, മിടുക്കിയും സുന്ദരിയുമായ ഹലീമ അവൾക്ക് കല്യാണമാകുന്നതുവരെ സൈനിനെ ഭ്രമിപ്പിച്ചുകൊണ്ടിരുന്നു. ധനികരായ പല യുവാക്കളും വിവാഹാലോചനകളുമായി അവളുടെ വീട്ടിൽ എത്തിക്കൊണ്ടിരുന്നു. അവസാനം നറുക്കുവീണത് ഖാസിയുടെ മകനായിരുന്നു.

ഒമദയുടെ മകളുടെയും ഹലീമയുടെയും വിവാഹം സൈനിന്റെ ജീവിതത്തിലെ പ്രധാന വഴിത്തിരിവായിരുന്നു. സൈൻ കണ്ണുവച്ചാൽ ആ പെൺകുട്ടിയുടെ ഭാഗ്യം തെളിഞ്ഞു എന്ന് നാട്ടുകാർ വിശ്വസിക്കാൻ തുടങ്ങി. അവൻ പാടിപ്പുകഴ്ത്തുമ്പോഴാണ് മറ്റുള്ളവർ ആ പെൺകുട്ടിയെ ശ്രദ്ധിക്കാൻ തുടങ്ങുന്നത്. അതോടെ അവളുടെ സൗന്ദര്യം വാഴ്ത്തപ്പെടുന്നു. കല്യാണാലോചനകൾ തുരുതുരാ വരാൻ തുടങ്ങുന്നു. ഉടനേ വിവാഹമുറപ്പിക്കുകയും ചെയ്യുന്നു. യാഥാസ്ഥിതിക കുടുംബങ്ങളിലെ പെൺകുട്ടികൾ പൊതുവേ പുരുഷന്മാരുടെ കൺവെട്ടത്ത് ഇറങ്ങാറില്ല. അവരുടെ ചേലും ചുണയും നാട്ടിൽ പരത്തുന്ന സ്നേഹദൂതനായി മാറി സൈൻ. ആദ്യം പ്രേമം പൊട്ടിമുളയ്ക്കുന്നത് സൈനിന്റെ ഹൃദയത്തിലായിരിക്കും. പിന്നീടത് നാട്ടിലെ ഓരോ ചെറുപ്പക്കാരന്റെ ഉള്ളിലേക്കും പടരും. ഒരു ഇടനിലക്കാരന്റെ അല്ലെങ്കിൽ ഒരു വിവാഹദല്ലാ

ളിന്റെ അതുമല്ലെങ്കിൽ ഒരു തപാൽക്കാരന്റെ പങ്കായിരുന്നു സൈൻ വഹിച്ചത്.

എലികളുടേതു പോലുള്ള കുഞ്ഞിക്കണ്ണുകൾകൊണ്ട് പെൺകുട്ടികളെ തുറിച്ചുനോക്കുമ്പോൾ സൈനിന്റെ കരളിലൊരു കൊളുത്തിവലി. ഒരുപക്ഷേ, പ്രേമം പൊട്ടിമുളയ്ക്കുന്നത് അങ്ങനെയായിരിക്കാം. അവന്റെ നിഷ്കളങ്കമായ ഹൃദയം പ്രേമത്താൽ ആകുലമാകുമ്പോൾ അവന്റെ കാലുകൾ അവനറിയാതെ എങ്ങോട്ടൊക്കെയോ നയിക്കുന്നു. കുഞ്ഞുങ്ങളെ നഷ്ടപ്പെട്ട കൊടിച്ചിപ്പട്ടിയെപ്പോലെ അവൻ മണത്തുമണത്ത് ഗ്രാമത്തിന്റെ മുക്കിലും മൂലയിലും എത്തുന്നു. പ്രേമിക്കുന്ന പെൺകുട്ടിയുടെ പേര് അവൻ ഉറക്കെ വിളിച്ചുപറഞ്ഞുകൊണ്ടിരിക്കും. ഒപ്പം അവളുടെ സൗന്ദര്യവർണ്ണനയും നടത്തും. അതോടെ ഏതെങ്കിലും സുന്ദരനായ ഒരു ചെറുപ്പക്കാരന്റെ ശ്രദ്ധ അങ്ങോട്ട് തിരിയുന്നു. അവൻ വിവാഹാലോചനയുമായി അവളുടെ വീട്ടിലെത്തുകയും ഉടനെ വിവാഹം നടത്തുകയും ചെയ്യുന്നു. ആ വിവാഹസദ്യ ഒരുക്കാനും സൈൻ മുന്നിൽത്തന്നെ ഉണ്ടാകും. പാത്രത്തിൽ വെള്ളം നിറയ്ക്കാനും വിറകുവെട്ടാനും അടുക്കളക്കാരികളെ സഹായിക്കാനും മുൻപന്തിയിൽ സൈൻ ഉണ്ടാകും. അടുക്കളക്കാരികളെ തമാശ പറഞ്ഞ് ചിരിപ്പിക്കുമ്പോൾ അവർ അടിയും പൊടിയും മുട്ടി അവന് തിന്നാൻ കൊടുക്കും. ഏറെ നാൾ കഴിയുന്നതിന് മുമ്പുതന്നെ സൈൻ മറ്റൊരു കാമുകിയെ കണ്ടെത്തും. കാമുകിമാരുടെ വിവാഹം സൈനിനെ ഒരിക്കലും നിരാശപ്പെടുത്താറില്ല. ചിരിച്ചും കളിച്ചും മറ്റുള്ളവരെ ചിരിപ്പിച്ചും അവൻ ഗ്രാമത്തിന്റെ മുക്കിലും മൂലയിലും ചുറ്റിനടന്നു.

കാലം ആരേയും കാത്തുനിന്നില്ല. പ്രേമത്തിന്റെ കാര്യത്തിൽ സൈനിനെ പിന്തള്ളാൻ ആർക്കും കഴിഞ്ഞതുമില്ല. പെൺകുട്ടികളുടെ ഉമ്മമാർ സൈനിനെ വിരുന്നൂട്ടുന്നതിൽ മത്സരമായിരുന്നു. സൈൻ അറിയാതെ അവന്റെ നിലയും വിലയും ക്രമേണ ഉയർന്നു. നാലാളുടെ ഇടയിൽ അവനിന്നൊരു സ്ഥാനമുണ്ട്. ഏതു വീട്ടിൽ കയറിച്ചെന്നാലും അവന് നല്ലൊരു സ്വീകരണം ഉറപ്പായി. കാലത്താണെങ്കിൽ പലഹാരത്തിന് പുറമേ പുതീനച്ചായയോ പാലോ കുടിപ്പിക്കാൻ ഉമ്മമാർ മറന്നില്ല. ഉച്ചയ്ക്കാണെങ്കിൽ ഊണിന് ശേഷം ഇഞ്ചിയും ഏലക്കായും ഗ്രാമ്പൂവും ചേർത്ത സുലൈമാനി. സൈൻ അടുത്ത വീട്ടിലുണ്ടെന്നറിഞ്ഞാൽ അയൽക്കാരി സൈനിനെ ക്ഷണിക്കാൻ അങ്ങോട്ടു ചെല്ലാനും മടിക്കാതായി. സൈനിനോട് ചങ്ങാത്തം കൂടാനും തമാശപറയാനും ഉമ്മമാർ പെൺമക്കളെ പ്രേരിപ്പിച്ചു തുടങ്ങി. അവന്റെ ഹൃദയത്തിൽ സ്ഥാനം കണ്ടെത്താൻ കഴിയുന്ന പെൺകുട്ടിക്ക് ഒന്നുരണ്ടുമാസത്തിനുള്ളിൽ വിവാഹം ഉറച്ചതുതന്നെ എന്നൊരു ധാരണ പരക്കെ ഉണ്ടായി. തന്റെ പുതിയ സ്ഥാനമാനങ്ങളെക്കുറിച്ചു സൈനിനും ബോധ്യമായിത്തുടങ്ങി. അതുകൊണ്ടുതന്നെ അവനും കുറച്ചൊരു ഗമ കൂട്ടാതിരുന്നില്ല. ചിലരുടെ ക്ഷണം അവൻ ചിലപ്പോൾ നിരസിച്ചെന്നിരിക്കും. അവർ വല്ലാതെ

നിർബന്ധിക്കുമ്പോൾ ഒഴിയാൻ നിവൃത്തിയില്ലാത്ത മട്ടിലാണ് വിരുന്നിന് ചെല്ലുന്നത്. അപ്പോഴും ആ നാട്ടിൽ ഒരേയൊരു പെൺകുട്ടിയെക്കുറിച്ച് മാത്രം സൈൻ കമാന്ന് മിണ്ടിയില്ല. അവന്റെ വിഡ്ഢിച്ചോദ്യങ്ങളുമായി അവളുടെ അടുത്തുപോലും ചെന്നില്ല. സുന്ദരിയായ അവൾ തന്നെ ശ്രദ്ധിക്കുന്നുണ്ടെന്നു തോന്നുമ്പോൾ വഴിമാറി നടക്കുകയാണ് അവന്റെ പതിവ്. നേരിട്ടുകണ്ടുമുട്ടിയാലോ, അവൻ തലകുനിച്ച് പതുക്കെ സ്ഥലംവിടും.

സൈൻ ദൈവദൂതന്മാരെപ്പോലെ നല്ലവനാണെന്നായിരുന്നു അവന്റെ ഉമ്മയുടെ വിശ്വാസം. വിശുദ്ധനായ ഹനീനുമായുള്ള അവന്റെ ചങ്ങാത്തം അവരുടെ ഈ വിശ്വാസം ഊട്ടി ഉറപ്പിക്കുകയും ചെയ്തു. ഹനീൻ മഹാഭക്തനാണ്. വർഷത്തിൽ ആറുമാസം അദ്ദേഹത്തിന് വ്രതമാണ്. ബാക്കിസമയങ്ങളിൽ നമസ്കാരവും ഖുറാൻ പാരായണവുമായി കഴിയും. ഇക്കാലം അദ്ദേഹം നാട്ടിൽ തന്നെ ഉണ്ടായിരിക്കും. അതുകഴിയുമ്പോൾ തന്റെ നമസ്കാരപ്പായ ചുരുട്ടി കക്ഷത്തിലിറുക്കി അദ്ദേഹം നാടുചുറ്റാനിറങ്ങും. എവിടെയൊക്കെയോ അലഞ്ഞുതിരിഞ്ഞ് ആറുമാസം കഴിയുമ്പോൾ വീണ്ടും നാട്ടിൽ തിരിച്ചെത്തുന്നു. എങ്ങോട്ടാണ് അദ്ദേഹം പോകുന്നതെന്ന് ജനങ്ങൾക്ക് അറിവുണ്ടായിരുന്നില്ല. എങ്കിലും അദ്ദേഹത്തെക്കുറിച്ച് ധാരാളം കഥകൾ നാട്ടിൽ പരന്നിരുന്നു. ഒരാൾ അദ്ദേഹത്തെ മരുഭൂമിയിൽ കണ്ടെന്നു പറയുമ്പോൾ മറ്റൊരാൾ പറയും നദീതീരത്തു കണ്ടെന്ന്. അടുത്തുള്ള ഗ്രാമത്തിൽ വച്ച് ഒരാൾ ഹനീനെ കാണുമ്പോൾ വേറൊരാൾ അറുപതുമൈൽ അകലെയുള്ള പട്ടണത്തിൽവെച്ച് പിറ്റേദിവസം കണ്ടതായി പറഞ്ഞുകേട്ടിട്ടുണ്ട്. അള്ളാഹുവിൽ മാത്രം വിശ്വാസമർപ്പിച്ച് അവനെ മാത്രം സേവിച്ച് അലഞ്ഞുനടക്കുന്ന ഒരുകൂട്ടം നാടോടികളുമായി ഹനീന് അടുത്ത ബന്ധമുണ്ടെന്ന് നാട്ടുകാർ വിശ്വസിച്ചിരുന്നു. നാട്ടുകാരുടെ ചോദ്യങ്ങൾക്ക് ഉത്തരം പറയുന്ന പതിവ് ഹനീനില്ല. അദ്ദേഹം എന്ത് ഭക്ഷണമാണ് കഴിക്കാറുള്ളതെന്ന് നാട്ടുകാർക്ക് ഒരു പിടിയുമില്ല. പക്ഷേ, നാട്ടിൽ ഹനീന് ചങ്ങാത്തമുള്ള ഏകവ്യക്തിയാണ് സൈൻ. വഴിയിൽവെച്ച് കണ്ടാൽ അദ്ദേഹം സൈനിനെ ആശ്ലേഷിച്ച് അനുഗ്രഹിക്കും.

"തീർച്ചയായും നീ ദൈവകാരുണ്യം നേടിയവനാണ്."

ഹനീനെ ദൂരെനിന്നു കാണുമ്പോൾ തന്നെ സൈൻ തന്റെ വികലഭാവങ്ങൾ കളഞ്ഞ് കെട്ടിപ്പിടിക്കാൻ ഓടിച്ചെല്ലുകയാണ് പതിവ്. ആ നാട്ടിൽ സൈനിന്റെ വീട്ടിൽ നിന്നു മാത്രമാണ് അദ്ദേഹം ഭക്ഷണം കഴിക്കുന്നത്. രണ്ടു പേർക്കുള്ള ആഹാരം തയാറാക്കാൻ സൈൻ ഉമ്മയോട് ആവശ്യപ്പെടും. അവർ രണ്ടുപേരും ഒന്നിച്ചിരുന്ന് ആഹാരം കഴിക്കും. അതുകഴിഞ്ഞാൽ ചിരിച്ചും കളിച്ചും ഏറെനേരം സംസാരിച്ചിരിക്കുകയും ചെയ്യും. അവരുടെ കൂട്ടുകെട്ടിന്റെ രഹസ്യമറിയാൻ പലരും കിണഞ്ഞു ശ്രമിച്ചുനോക്കിയതാണ്. അദ്ദേഹം അള്ളാഹു അനുഗ്രഹിച്ചവനാണ് എന്നുമാത്രം പറഞ്ഞ് ഒഴിഞ്ഞുമാറുകയാണ് സൈനിന്റെ പതിവ്.

ജനങ്ങൾ കിറുക്കന്മാരെന്ന് വിളിക്കുന്ന പലരുമായും സൈനിന്

ഇതുപോലെ ബന്ധമുണ്ട്. ഉദാഹരണങ്ങൾ ഏറെയുണ്ട്. പൊട്ടി അഷ്മാന, ഞൊണ്ടി മൂസ, മുച്ചുണ്ടനും ഒരുവശം കുഴഞ്ഞവനുമായ ബർക്കത്ത്... തുടങ്ങിയവരൊക്കെ സൈനിന്റെ ഉറ്റ ചങ്ങാതിമാരാണ്. അവർക്കുവേണ്ടി എന്തുചെയ്യാനും അവൻ എപ്പോഴും ഒരുക്കമാണ്. പൊട്ടി അഷ്മാന വിറകുകെട്ടും ചുമന്ന് വരുന്നത് ദൂരെ നിന്ന് കാണുമ്പോഴേ സൈൻ സഹായിക്കാനായി ഓടിച്ചെല്ലും. ആളുകളെ കാണുമ്പോൾ ഭൂതത്തെ കണ്ടാലെന്നപോലെ ഉറക്കെ അലറി ബഹളം വെക്കാറുള്ള അഷ്മാനയെ ജനങ്ങൾക്കു പേടിയാണ്. പക്ഷേ സൈനിനെ കാണുമ്പോൾ അവരുടെ മുഖം തെളിയും. അവൾ തള്ളക്കോഴി കുഞ്ഞിനെ വിളിക്കുന്നതുപോലുള്ള ഒരുതരം ശബ്ദമുണ്ടാക്കി ആഹ്ലാദം പ്രകടിപ്പിക്കും. ഒരു കാലിന് നീളം കുറഞ്ഞതുകൊണ്ടാണ് ജനങ്ങൾ മൂസയെ ഞൊണ്ടിയെന്ന് വിളിക്കുന്നത്. മൂസ ഏന്തിവലിഞ്ഞു നടക്കുന്നതുകാണുമ്പോൾ ആർക്കായാലും അലിവുതോന്നും. നഗരത്തിലെ ഒരു പണക്കാരന്റെ അടിമയായിരുന്നു മൂസ. സർക്കാർ, അടിമകളെ സ്വതന്ത്രരാക്കിക്കൊണ്ട് നിയമം പുറപ്പെടുവിച്ചപ്പോൾ മൂസ സ്വതന്ത്രനായി. എങ്കിലും അയാൾ യജമാനന്റെ കൂടെത്തന്നെയായിരുന്നു താമസം. യജമാനൻ നല്ലവനായിരുന്നു. മൂസയെ വീട്ടിലെ ഒരംഗത്തെയെന്നപോലെ കണക്കാക്കി ചെല്ലും ചെലവും കൊടുത്തു. യജമാനൻ മരിച്ച് മുടിയനായ പുത്രൻ ഭരണമേറ്റപ്പോൾ മൂസയുടെ കഷ്ടകാലവും തുടങ്ങി. അയാൾ മൂസയെ വീട്ടിൽനിന്ന് ഇറക്കി വിട്ടു. വൃദ്ധനായ മൂസയ്ക്ക് തലചായ്ക്കാൻ ഒരിടം പോലും ഇല്ലാതായി. ആഹാരത്തിനായി എച്ചിൽത്തൊട്ടി പരതേണ്ട നില വന്നു. സൈൻ, മൂസയ്ക്ക് കിടക്കാൻ പനയോല കെട്ടിമേഞ്ഞ ഒരു കുടിലുണ്ടാക്കിക്കൊടുത്തു. കറവയുള്ള ഒരു ആടിനെയും സംഘടിപ്പിച്ചുകൊടുത്തു. നിത്യവും രാവിലെ സൈൻ മൂസയുടെ സുഖവിവരം അന്വേഷിക്കാൻ ചെല്ലും. സന്ധ്യക്ക് മടിനിറയെ ഈന്തപ്പഴവും മറ്റ് ആഹാരസാധനങ്ങളും എത്തിച്ചുകൊടുക്കുകയും ചെയ്യും. "സൈനിന് നിന്നോടെന്താ ഇത്ര അടുപ്പം?" എന്ന് ആരെങ്കിലും ചോദിച്ചാൽ മൂസ പറയും "സൈനിനോ... അവൻ നല്ലവനാണ്."

സൈനിന്റെ ഇത്തരം ഓരോ നടപടി കാണുമ്പോൾ നാട്ടുകാർക്ക് അത്ഭുതം. വിശ്വാസികളായ അഗതികളെ സഹായിക്കാനായി ദൈവം അയച്ച ദൂതനായിരിക്കുമോ സൈൻ എന്നുപോലും അവർ സംശയിച്ചുപോയി.

"അള്ളാഹുവിന്റെ ഓരോരോ ലീലകൾ! മണ്ടൻ സൈനിനെയാണ് അവൻ സാധുക്കളെ സേവിക്കാൻ അയച്ചിരിക്കുന്നത്!"

പലരും പറയാറുണ്ട്.

അപ്പോൾ കേൾക്കാം സൈനിന്റെ കൂവൽ: "നാട്ടുകാരേ കൂട്ടുകാരേ, നിങ്ങളറിഞ്ഞോ.. അവളെന്റെ ഹൃദയം കവർന്നു..."

കേൾക്കുമ്പോൾ ജനം പതിവുപോലെ പകച്ചു. ഏതു പെണ്ണിനാണാവോ വിവാഹം അടുത്തിരിക്കുന്നത്?

ഈ കോലാഹലത്തിനിടയിലും ഗ്രാമത്തിലെ അതിസുന്ദരിയായ ഒരു പെൺകുട്ടി സൈനിനെ അവനറിയാതെ ശ്രദ്ധിക്കാറുണ്ടായിരുന്നു. ഒരിക്കൽ ഒരു കൂട്ടം സ്ത്രീകളുടെ നടുവിൽനിന്ന് കിന്നാരം പറയുന്ന സൈനിനെ അവൾ വിരട്ടി:

"ഈ വിടുവായത്തരം മതിയാക്കി ജോലി ചെയ്തൂടെ നിനക്ക്?"

സൈൻ സംസാരം മതിയാക്കി ലജ്ജിച്ച് തലതാഴ്ത്തി സ്ഥലംവിട്ടു.

മൂന്ന്

ആമിന ഒട്ടും വിശ്വാസം വരാത്ത മട്ടിൽ പാൽക്കാരി ഹലീമയോട് പത്താം തവണയും ചോദിച്ചു.

"ആ കുട്ടി ആരെ വിവാഹം കഴിക്കാൻ പോകുന്നെന്നാ നീ പറഞ്ഞത്?"

"നയിമയെ."

പത്താംതവണയും ഹലീമ ഉത്തരം നൽകി.

ആ കുട്ടിക്ക് വട്ടുപിടിച്ചോ? നയിമ സൈനിനെ കല്യാണം കഴിക്കുക! ആമിനയ്ക്ക് വിശ്വസിക്കാൻ കഴിയുന്നില്ല. ഒപ്പം അരിശവും സങ്കടവും. രണ്ടുമാസം മുമ്പ് ആമിന അഭിമാനം മറന്ന് നയിമയുടെ ഉമ്മയെ ചെന്നു കണ്ടതാണ്. ആമിനയുടെ ഉമ്മ മരിച്ചപ്പോൾ നയിമയുടെ ഉമ്മ സാദിയ്യ മാത്രമാണ് അറിയിക്കാൻ എത്താതിരുന്നത്. സാദിയ്യയോട് ഇനി കൂടില്ലെന്ന് അന്നേ ആമിന തീരുമാനിച്ചതാണ്. ആ സമയത്ത് സാദിയ്യ സുഖമില്ലാതെ ആശുപത്രിയിലായിരുന്നെന്ന് ആമിനയും കേട്ടിരുന്നു. ഒരു മാസത്തോളം ആ കിടപ്പ് കിടന്നതുമാണ്. നാട്ടിലെ മുഴുവൻ സ്ത്രീകളും കാണാൻ ചെന്നിട്ടും ആമിന ചെന്നില്ല. അതോടെ ആ നാട്ടിലെ പെണ്ണുങ്ങൾ രണ്ടു ചേരിയിലായി. അസുഖത്തേക്കാൾ വലുത് മരണം തന്നെയാണ്. അസുഖമാണെങ്കിലും മരിച്ച വീട്ടിൽ സാദിയ്യ ഒന്നു കയറേണ്ടതായിരുന്നു. അതിനുശേഷമാണല്ലോ അസുഖം ഏറിയത് എന്ന് ഒരു കൂട്ടർ. ആമിനയുടെ ഉമ്മ വയസായിട്ടാണ് മരിച്ചത്. രോഗമൊന്നുമില്ലായിരുന്നു. രോഗിയായ സാദിയ്യ ചെല്ലാതിരുന്നത് അത്ര വലിയ തെറ്റൊന്നുമല്ല. മറ്റേക്കൂട്ടർ വാദിച്ചു. ഇതിനെച്ചൊല്ലി ഇരുകൂട്ടരും വാക്കുതർക്കങ്ങളും വഴക്കുകളും ഉണ്ടാക്കുക പതിവായിരുന്നു. ഏതായാലും സാദിയ്യയും ആമിനയും മുഖത്തോടുമുഖം കണ്ടാൽ മിണ്ടാതായി.

രണ്ടുമാസം വരെ ഈ നില തുടരുകയും ചെയ്തു. സാദിയ്യയുടെ മകൾ നയിമയെ മാത്രമേ വിവാഹം കഴിക്കൂ എന്നു മകൻ വാശിപിടിച്ചപ്പോൾ ആമിന പിണക്കം മറക്കാൻ തയാറായി. അങ്ങനെയാണ് വഴക്കും വൈരാഗ്യവും മറന്ന് ഒരു ദിവസം രാവിലെ ആമിന സാദിയ്യയെ കാണാൻ ചെന്നത്. സാദിയ്യ കാപ്പി കൂട്ടുകയായിരുന്നു. ആമിനയെ കണ്ടതും സാദിയ്യ ആദരപൂർവം സ്വീകരിച്ചിരുത്തി. കാപ്പിക്കു ക്ഷണിച്ചപ്പോൾ ആമിന നിരസിച്ചു.

"അള്ളാഹു നിന്റെ മനസ്സു മാറ്റിയല്ലോ. അതുകൊണ്ടല്ലേ നീ ഇവിടെ വന്നത്? വൈരാഗ്യം മറന്ന് ഒരു കപ്പ് കാപ്പി കുടിച്ചുകൂടേ?"

എന്നൊന്നും സാദിയ്യ നിർബന്ധിച്ചതുമില്ല.

വളരെ നേരത്തെ മൗനത്തിനുശേഷമാണ് ആമിന കാര്യത്തിലേക്ക് കടന്നത്. ഉള്ളിൽ മകനെ ശപിച്ചുകൊണ്ടാണ് ആമിന മകന്റെ കാര്യം സൂചിപ്പിച്ചത്.

"ജീവിതത്തിലൊരിക്കലും നിന്നെ കാണുമെന്ന് ഞാൻ കരുതിയതല്ല സാദിയ്യ. അത്ര വലിയ കടുപ്പമാ നീ എന്നോടുകാണിച്ചത്. എന്റെ ഉമ്മ മരിച്ചിട്ട് ഒന്നു കയറി രണ്ടു വാക്കു പറഞ്ഞിട്ടുപോകാൻ നിനക്കു തോന്നിയില്ലല്ലോ. ജീവിതമല്ലേ? മറക്കാതെയും പൊറുക്കാതെയും ആവുമോ? എന്റെ മകൻ അഹമ്മദ് നിർബന്ധിച്ചതുകൊണ്ടാ പോന്നത്. നിന്റെ മോളെക്കണ്ട് അവൻ മോഹിച്ചുപോയി. നിന്റെ മകൾ നയിമയെ മരുമകളായി കിട്ടണമെന്ന് അവന്റെ ബാപ്പയ്ക്കും എനിക്കും അതിയായ മോഹം."

എങ്ങനെ അത്രയും പറഞ്ഞൊപ്പിച്ചെന്ന് ആമിനയ്ക്ക് ഒരു രൂപവുമില്ല. അതോടെ അവളുടെ നാക്ക് മരവിച്ചതുപോലെയായി. കൈകൾ വിറച്ചു. തൊണ്ട ഇടറി.

സാദിയ്യക്ക് അനക്കമില്ല. അവളെന്തെങ്കിലും പറഞ്ഞിരുന്നെങ്കിൽ ആമിനയ്ക്ക് അൽപ്പം ആശ്വാസം കിട്ടിയേനെ. അന്തസുള്ള സുന്ദരിയായൊരു സ്ത്രീയാണ് സാദിയ്യ. പെരുമാറ്റവും അതുപോലെതന്നെ. നാൽപ്പതു കഴിഞ്ഞെങ്കിലും ഇരുപത്തഞ്ചിന്റെ ചേല്. ധനാഢ്യരായ ഏഴാങ്ങളമാരുണ്ട് അവൾക്ക്. ബാപ്പയ്ക്കുമുണ്ട് ആവശ്യത്തിലേറെ സ്വത്ത്. ഭർത്താവും എണ്ണം പറഞ്ഞ പണക്കാരൻ തന്നെ. കണ്ണെത്താദൂരത്തോളം പരന്നുകിടക്കുന്ന ഈന്തപ്പനത്തോട്ടങ്ങളുടെ ഉടമയാണ് അയാൾ. കൂടാതെ എമ്പാടും ഒട്ടകങ്ങളും ആടുമാടുകളും ഉണ്ട്. ആഢ്യത്വമുള്ള ഒരു തറവാട്ടമ്മയാണ് സാദിയ്യ എന്ന് മുഖത്തുനോക്കിയാൽ തന്നെ മനസിലാവും. അവളുടെ മൂന്ന് ആൺമക്കളും വിദ്യാസമ്പന്നരും സർക്കാർ ഉദ്യോഗസ്ഥരുമാണ്. മകൾ നയിമയാകട്ടെ അതിസുന്ദരി. സാദിയ്യ ഒരു വാക്കെങ്കിലും ഉരിയാടിയെങ്കിൽ! ആമിന ആ മുഖത്തേക്ക് ഉറ്റുനോക്കി തരിച്ചങ്ങനെ നിൽക്കെ സാദിയ്യ അവളുടെ സുന്ദരമായ പുരികക്കൊടികൾ വെട്ടിച്ച് ആമിനയെ ഒന്നു നോക്കി. ആമിനയ്ക്ക് പക്ഷേ ആ നോട്ട

ത്തിന്റെ അർഥം പിടികിട്ടിയില്ല. കോപമോ പകയോ ശകാരമോ? അതോ സ്നേഹമോ? എത്തുംപിടിയും കിട്ടുന്നില്ല. ആമിനയ്ക്ക്.

അവസാനം വളരെ ശാന്തയായി ഭാവഭേദമേതുമില്ലാതെ സാദിയ്യ പറഞ്ഞു:

"എല്ലാം ദൈവഹിതം. എന്നാലും പെൺകുട്ടിയുടെ വാപ്പയാണല്ലോ തീരുമാനം എടുക്കേണ്ടത്. അദ്ദേഹം വരട്ടെ നമുക്ക് സംസാരിക്കാം."

സംഭവങ്ങൾ ഓരോന്നായി ആമിനയുടെ മനസിൽ മിന്നിമറഞ്ഞു. നയിമക്ക് വിവാഹപ്രായമായില്ല എന്നു പറഞ്ഞാണ് പിന്നീടവർ ആ കല്യാണാലോചന നിരസിച്ചത്. എന്നിട്ടിപ്പോൾ.. കോമാളിയായ സൈനിന് അവളെ പിടിച്ചുകൊടുക്കാൻ പോകുന്നു. തങ്ങളെ അപമാനിക്കാൻ മനഃപൂർവം ഇറങ്ങിയിരിക്കുകയാണെന്ന് തന്നെ ആമിന വിശ്വസിച്ചു. ആമിനയുടെ കണ്ണിലെ കത്തുന്ന കോപം കണ്ട് പാൽക്കാരി ആകെ അമ്പരന്നു. ആമിനയെ സമാധാനിപ്പിക്കാനെന്നോണം രണ്ടുതവി പാൽ ഏറെ ഒഴിച്ചിട്ട് അവൾ പറഞ്ഞു:

"പാലു കൂടുതലൊഴിച്ചിട്ടുണ്ട് കേട്ടോ. കാശൊന്നും വേണ്ട."

ഋതുക്കൾ മാറി. മഴ പോയി മഞ്ഞു വന്നു. മഞ്ഞു മാറി വേനൽ വന്നു. കാലത്തിനൊത്ത് നൈൽനദിയുടെ ഭാവങ്ങളും മാറിക്കൊണ്ടിരുന്നു. നൈൽനദി ചിലപ്പോൾ കോപിഷ്ഠനായ പുരുഷനെപ്പോലെ മാറു വിടർത്തി അലറി. നദി തീരത്തുള്ള കൃഷിയിടങ്ങൾ ഒന്നോടെ വിഴുങ്ങി, മരുഭൂമികളിലെ വീട്ടുമുറ്റംവരെ എത്തി. രാത്രികളിൽ തവളകൾ നിർത്താതെ കരഞ്ഞു. വടക്കുനിന്ന് എത്താറുള്ള കാറ്റിന് ചിലപ്പോൾ പൂക്കളുടെയും ഇലകളുടെയും സൗരഭ്യം. ചിലപ്പോഴാകട്ടെ, വെള്ളപ്പൊക്കത്തിൽ ചത്തൊടുങ്ങിയ ചീഞ്ഞ മത്സ്യത്തിന്റെ നാറ്റവും. ഈ സമ്മിശ്രഗന്ധം ഫലഭൂയിഷ്ഠമായ ഭൂമിയെ മത്തുപിടിപ്പിച്ചു. പൂർണചന്ദ്രൻ തെളിഞ്ഞ രാവുകളിൽ ഈന്തപ്പനയോലകളും നക്ഷത്രങ്ങളും നദിയിൽ കണ്ണാടിയിലെന്നപോലെ പ്രതിഫലിച്ചപ്പോൾ ദീപാലങ്കാരത്തിന്റെ ശോഭ. ദൂരെ നിന്നു കേൾക്കുന്ന വിവാഹവാദ്യഘോഷങ്ങൾ പോലെ നദി മുരണ്ടുകൊണ്ടിരുന്നു. നിങ്ങളുടെ വീടിനടുത്തുനിന്ന് ചെണ്ടയും മദ്ദളവും തബലയും ഒന്നിച്ചു മുഴങ്ങുന്നതുപോലെ.

ഒരുദിവസം ഉറക്കത്തിൽ നിന്നുണർന്നാലെന്നതുപോലെ നദി നെടുവീർപ്പിടുന്നു. തീരത്തുനിന്ന് വെള്ളം കുറേശ്ശെയായി ഇറങ്ങിത്തുടങ്ങുന്നു. നദി കിഴക്കോട്ടും പടിഞ്ഞാട്ടും പരന്ന് ഒഴുകിത്തുടങ്ങുന്നു. സൂര്യനുദിക്കുന്നു. ഇരുട്ട് പരക്കുന്നു. ഒഴുക്കിനിടയിൽ നദി മറന്നിട്ടുപോയ കരയിൽ വരയും കുറിയും ബാക്കിയാവുന്നു. മണ്ണിന്റെ മണം നമ്മെ മയക്കുന്നു, ഒപ്പം ഈന്തപ്പഴത്തിന്റെയും. കര മൗനിയാണ് എങ്കിലും ആ മൗനം തികച്ചും വാചാലമാണെന്ന് തോന്നാം. മാറിൽ എന്തൊക്കെയോ രഹസ്യം ഒളിപ്പിച്ച് ഇണയെ കാത്തിരിക്കുന്ന സ്ത്രീയെപ്പോലെ. ഭൂമിക്ക് മിണ്ടാട്ടമില്ലെങ്കിലും ഉള്ളിൽ എന്തൊക്കെയോ ഇളകി മറിയുന്നതുപോലെ വെള്ളം കരയിലേക്ക് അടിച്ചുകയറുന്നു. അതോടെ ഫലഭൂയിഷ്ഠമാകുന്ന ഭൂമി

എന്തും കൊടുക്കാനും വാങ്ങാനും തയാറാവുന്നു. കൂർത്ത എന്തോ ഒന്ന് ഭൂമിയുടെ മാറ് പിളർന്ന് തറച്ചുകയറുന്നു. മണ്ണ് സൃഷ്ടിയുടെ വേദന അനുഭവിക്കുകയാണോ? സ്ത്രീയുടെ ഗർഭപാത്രം ഭ്രൂണത്തെ സ്നേഹത്തോടെ പുണരുന്നതുപോലെ, ഭൂമികന്യ മണ്ണിൽ കിളച്ചിട്ട വിത്ത് സദയം സ്വീകരിക്കുകയാണ്. അപ്പോൾ ഭൂമിക്ക് പച്ചനിറം. എങ്ങും വിളഞ്ഞുപഴുത്ത ഗോതമ്പും തിനയും പട്ടാണിയും മാത്രം.

കുട്ടിയായിരുന്നപ്പോൾ ഉമ്മയോട് ലോഹ്യംപറയാൻ വീട്ടിലെത്തുന്ന സ്ത്രീകൾ അവളെ മടിയിലിരുത്തി താലോലിക്കുന്നതും കറുത്ത നിബിഢമായ അവളുടെ മുടിയിൽ ഉമ്മവെക്കുന്നതും നയിമ ഓർത്തുപോയി. ഒട്ടും ഇഷ്ടമുള്ള കാര്യമായിരുന്നില്ല. വെറുപ്പടക്കി അവരുടെ മടിയിൽ നിന്ന് ഇറങ്ങി ഓടാൻ അവസരം പാർത്തിരിക്കും. ഒരു തടിച്ച സ്ത്രീ മടിയിലിരുത്തി ഓമനിച്ചപ്പോൾ ഏതോ കാട്ടുമൃഗം കടിച്ചുകീറാൻ വരുന്നതായിട്ടാണ് അവൾക്ക് തോന്നിയത്. കുതറി ഓടാൻ ഭാവിച്ച അവളെ സ്ത്രീ മാറോടടുക്കി കഴുത്തിലും കവിളിലും ഉമ്മവെച്ചു. സഹിക്കാൻ കഴിയാതെ അവൾ ആ സ്ത്രീയുടെ മുഖത്ത് അടിച്ചു. ആകെ വിരണ്ടുപോയ അവർ അവളെ പോകാൻ അനുവദിച്ചു. ഓമനത്തമുള്ള കുട്ടി എന്ന് എല്ലാവരും പ്രശംസിച്ചിരുന്നു. പക്ഷേ, അവൾക്ക് സ്വന്തം സൗന്ദര്യത്തെക്കുറിച്ച് വലിയ മതിപ്പൊന്നും തോന്നിയിരുന്നില്ല. ഏറെ ദിവസം വാശിപിടിച്ച് കരഞ്ഞിട്ടാണ് ബാപ്പ അവളെ ഓത്തുപള്ളിയിൽ ചേർക്കാൻ സമ്മതിച്ചത്. അവിടെ എല്ലാവരും ആൺകുട്ടികളായിരുന്നു. അവരുടെ ഇടയിൽ അവളൊരു പെൺകുട്ടി മാത്രം. ഒരു മാസംകൊണ്ട് അവൾ എഴുതാൻ പഠിച്ചു. അവളെക്കാൾ മുതിർന്ന ആൺകുട്ടികൾ സ്ഫുടതയോടെ ഖുർആൻ ഓതുന്നത് കേട്ടിരിക്കാൻ അവൾക്ക് ഇഷ്ടമായിരുന്നു. അവൾ അവരെ അനുകരിക്കാൻ ശ്രമിക്കും. ഖുർആൻ പാരായണം അവളെ സന്തോഷിപ്പിച്ചു. ചില പ്രത്യേക ആയത്തുകളും സൂറകളും അവളെ വല്ലാതെ ആകർഷിച്ചു. അവ അവളുടെ മനസിൽ പതിയുകയും ചെയ്തു. മിക്കതും ക്രമേണ അവൾ മനഃപാഠമാക്കി.

പ്രതിഫലത്തെക്കുറിച്ചും ശിക്ഷയെക്കുറിച്ചുമുള്ള അധ്യായം വായിച്ചപ്പോൾ അവളുടെ ഉള്ളം പിടഞ്ഞു. അള്ളാഹുവിൽ വിശ്വാസമർപ്പിച്ചവർക്കും അവരുടെ കുടുംബത്തിനും അവർ കാരുണ്യം ചൊരിയും എന്നു വായിച്ചപ്പോൾ അതുപോലെ തന്റെമേലും കാരുണ്യവർഷം ഉണ്ടായെങ്കിൽ, എന്ന് അവൾ ആശിച്ചുപോയി. അവൾ അള്ളാഹുവിന്റെ ആജ്ഞ പ്രകാരം ജീവിക്കാൻ ആഗ്രഹിക്കുന്നു. ഭർത്താവ് സുന്ദരനാകട്ടെ, വിരൂപനാകട്ടെ, അയാൾക്കുവേണ്ടി അവൾ ജീവിതം ഉഴിഞ്ഞുവെക്കും. അവളുടെ പേര് 'റഹിമ' എന്നായിരുന്നെങ്കിൽ! അവൾ ആശിച്ചുപോയി. റഹിമ എന്നുവച്ചാൽ പൊറുക്കുന്നവൾ എന്നാണല്ലോ. ഒരു കാലത്ത് അവൾക്കും ഏതെങ്കിലും കഠിനമായ ത്യാഗം അനുഷ്ഠിക്കേണ്ടിവരുമെന്ന് അവളുടെ മനസുപറഞ്ഞു. മറിയത്തെക്കുറിച്ചുള്ള അധ്യായം വായിക്കു

മ്പോൾ എന്താണെന്നറിയില്ല, അവളുടെ മനസ്സ് വല്ലാതെ ഇളകിമറിയുക പതിവായിരുന്നു.

മുതിരുംതോറും നയിമ വളരെ ഗൗരവക്കാരിയായി. മറ്റു പെൺകുട്ടികൾ കളിതമാശകളുമായി നടന്നപ്പോൾ അവൾ ഉമ്മയെ വീട്ടുജോലികളിൽ സഹായിച്ചു. ഖുർആനിലെ അധ്യായങ്ങളെക്കുറിച്ച് ബാപ്പയുമായി ചർച്ച ചെയ്തു. എന്തുകാര്യവും അവൾ ഉമ്മയോട് ചോദിച്ചിട്ടേ ചെയ്തിരുന്നുള്ളൂ. അവളുടെ സ്വഭാവം അവളുടെ ബാപ്പയെ തെല്ലൊന്നുമല്ല അത്ഭുതപ്പെടുത്തിയത്.

"നീ നന്നായി പഠിച്ച് ഒരു ഡോക്ടറോ വക്കീലോ ആകണം."

അവളെക്കാൾ രണ്ടുവയസിന് മൂപ്പുള്ള സഹോദരൻ പ്രോത്സാഹിപ്പിച്ചു.

പക്ഷേ, അത്തരം വിദ്യാഭ്യാസത്തോട് നയിമയ്ക്ക് ഒട്ടും താൽപ്പര്യമില്ലായിരുന്നു.

"സ്കൂൾ വിദ്യാഭ്യാസം കൊണ്ട് ഭൗതികമായി എന്തെങ്കിലും നേടാനായേക്കും. പക്ഷേ, ഖുർആൻ നന്നായി പഠിച്ചാലേ ബുദ്ധി തെളിയൂ. മനസ്സ് നിറയൂ." നയിമ പറയുന്നത് കേൾക്കുമ്പോൾ വീട്ടുകാർക്ക് അമ്പരപ്പ്.

"ഒരു നാൾ ഒരു സുന്ദരൻ വന്നു കെട്ടിക്കൊണ്ടു പോകുന്നതോടെ ഈ കിറുക്ക് തീർന്നോളും."

ആങ്ങള പരിഹസിക്കും.

നയിമ മറ്റു പെൺകുട്ടികളെപ്പോലെയല്ല എന്ന് അവളുടെ വീട്ടുകാർ മനസിലാക്കിയിരുന്നു. അവൾക്ക് പതിനാറു തികഞ്ഞപ്പോൾ മുതൽ അവളുടെ ഭാവിവരനെക്കുറിച്ച് ചിന്തിക്കുക ഉമ്മയുടെ പതിവായിരുന്നു. സുന്ദരനും പഠിപ്പുള്ളവനുമായിരിക്കണം. അവന്റെ മാതാപിതാക്കൾ സംസ്കാരസമ്പന്നരും സ്നേഹമുള്ളവരുമായിരിക്കണം. നയിമ കേൾക്കേ ഉമ്മ പറയും. അവൾ ഒന്നും മിണ്ടാതെ കേൾക്കാത്ത മട്ടിൽ സ്ഥലം വിടും. "തീരുമാനമെടുക്കേണ്ടത് ബാപ്പയാണ്" എന്ന് ആമിനയോട് പറയുമ്പോഴും സാദിയ്യക്ക് പേടിയായിരുന്നു. വിവാഹക്കാര്യത്തിൽ നയിമ ബാപ്പയെ അനുസരിക്കില്ലെന്ന് സാദിയ്യക്ക് തോന്നാറുണ്ടായിരുന്നു. കാരണം അതായിരുന്നു അവളുടെ മട്ട്. വിവാഹക്കാര്യം കേൾക്കുമ്പോഴേ നയിമയുടെ മുഖം മങ്ങും. "എനിക്കിപ്പോഴൊന്നും വിവാഹം വേണ്ട" എന്നാണ് സ്ഥിരം പല്ലവി. ആമിനയുമായി ബന്ധപ്പെടാൻ വലിയ താൽപ്പര്യമൊന്നും ഇല്ലാത്തതുകൊണ്ട് സാദിയ്യ അക്കാര്യം ഗൗരവമായി എടുത്തില്ല.

ഏറെത്താമസിയാതെ മറ്റൊരാലോചനക്കാരെത്തി. സ്കൂൾ അധ്യാപകൻ ഇദ്രീസിനുവേണ്ടി. ഗ്രാമത്തിലെ ഏതൊരു പെൺകുട്ടിയും കൊതിക്കുന്ന ചെറുപ്പക്കാരൻ. നല്ല കുടുംബം. ആവശ്യത്തിന് സ്വത്ത്. പ്രശ

സ്തരായ കുടുംബക്കാരൊന്നുമല്ലെങ്കിലും വളരെ സന്തോഷമായിട്ടു കഴിയുന്ന വീട്. ഇദ്രീസിന്റെ ബാപ്പ വളരെ നല്ലവനും തികഞ്ഞ മതവിശ്വാസിയുമായിരുന്നു. നയിമയുടെ വീട്ടുകാർക്ക് പൊതുവേ ഇഷ്ടപ്പെട്ടു.

“അയാൾ എനിക്ക് ചേർന്നവനല്ല.”

നയിമ പറഞ്ഞുകേട്ടപ്പോൾ ഇബ്രാഹിം ഹാജി അരിശപ്പെട്ട് അടിക്കാനായി കൈയോങ്ങി. പക്ഷേ മകളുമായി നോട്ടമിടഞ്ഞപ്പോൾ അയാളുടെ കൈ താണു. കോപം ആറിത്തണുത്തു. നയിമയുടെ മുഖം പതിവുപോലെ ശാന്തം. ആ കണ്ണുകളിൽ കോപമല്ല, എന്തും നേരിടാനുള്ള കരുത്താണ് ബാപ്പ കണ്ടത്. അനുസരണക്കേടോ ശാഠ്യമോ അവൾക്കില്ല എന്നു ബോധ്യമായതോടെ അവളോട് ആരും വിവാഹത്തെക്കുറിച്ച് സംസാരിക്കാതായി.

ഒറ്റയ്ക്കിരിക്കുമ്പോൾ മറ്റു പെൺകുട്ടികളെപ്പോലെ നയിമയും വിവാഹത്തെക്കുറിച്ച് ചിന്തിക്കാറുണ്ട്. നിനച്ചിരിക്കാതെയായിരിക്കും അവളുടെ വിവാഹം നടക്കുക എന്ന് അവൾക്ക് തോന്നി. അള്ളാഹു അവന്റെ മറ്റു അടിമകളെ കാത്തുരക്ഷിക്കുന്നതുപോലെ അവളെയും രക്ഷിച്ചുകൊള്ളും. ജനിച്ചു വീഴുമ്പോഴും അസുഖം വരുമ്പോഴും മരിക്കുമ്പോഴുമെല്ലാം അവൻ മാത്രമാണല്ലോ ശരണം. നൈൽ കര കവിയുമ്പോൾ ഗതി മാറി ഒഴുകുന്നതുപോലെ, കൊടുങ്കാറ്റ് ആഞ്ഞടിക്കുന്നതുപോലെ, ഈന്തപ്പനകൾ കൊല്ലംതോറും കായ്ക്കുന്നതുപോലെ, ചോളം വിളയുന്നതുപോലെ, മഴ പെയ്യുന്നതുപോലെ, ഋതുക്കൾ മാറുന്നതുപോലെ ഒഴിച്ചുകൂടാൻ ആവാത്ത ഒരു സംഭവമായിരിക്കും അവളുടെ വിവാഹം. അവൾ ജനിക്കുന്നതിനുമുമ്പ്, നൈൽ ഉണ്ടാകുന്നതിന് മുമ്പ്, എന്തിന് ഈ ഭൂമി ഉണ്ടാകുന്നതിന് മുമ്പേ അവളുടെ വിവാഹം തീരുമാനിക്കപ്പെട്ടിരിക്കും എന്നായിരുന്നു അവളുടെ തോന്നൽ. അതേക്കുറിച്ച് ആലോചിച്ച് മനസ്സ് പുണ്ണാക്കേണ്ട കാര്യമില്ലെന്നും അവൾക്ക് അറിയാമായിരുന്നു. അതുകൊണ്ടുതന്നെ മനസിൽ ഭീതിയോ സങ്കടമോ സന്തോഷമോ ഒന്നും തോന്നിയതുമില്ല. താമസിയാതെ എടുക്കാനാവാത്ത ഒരു ഭാരം അവളുടെ ചുമലിൽ വന്നു വീഴാൻ പോവുകയാണ് എന്നവൾ ഉറപ്പിച്ചു.

ഒരിക്കൽ ഏതെങ്കിലും ഒരു സുന്ദരൻ കൈപിടിക്കാൻ എത്താതിരിക്കില്ല. യൗവനത്തിലേക്ക് കാലൂന്നിയ അവളുടെ ഓരോ കൂട്ടുകാരിയും പറഞ്ഞു. പക്ഷേ, അത്തരം ചിന്തയൊന്നും നയിമയുടെ മനസിലുണ്ടായിരുന്നില്ല. ഒരാൾ തീർച്ചയായും വരും. അവൻ സുന്ദരനാവട്ടെ, വിരൂപനാവട്ടെ, ബുദ്ധിമാനാകട്ടെ, വിഡ്ഢിയാകട്ടെ, നയിമ അയാളെ സ്നേഹം കൊണ്ടു മൂടുകതന്നെ ചെയ്യും. വളരുംതോറും ഈയൊരു ചിന്ത നയിമയുടെ മനസിൽ വേരുറച്ചു. അയാൾ ചിലപ്പോൾ കള്ളുകുടിയനാകാം. അയാൾക്ക് വേറെ ഭാര്യയും കുട്ടികളും ഉണ്ടായെന്ന് വരാം. അയാൾ വിദ്യാസമ്പന്നനും ഉദ്യോഗസ്ഥനുമായേക്കാം. തെണ്ടി ആയെന്നും വരാം. പാടത്തു പണിയെടുത്ത് കാലുകൾ വിണ്ടുകീറിയ ഒരുത്തനായേക്കാം.

ചിലപ്പോൾ കോമാളി സൈൻ തന്നെ ആകാനും മതി. എല്ലാം അല്ലാഹുവിന്റെ ഇച്ഛ. സൈനിനെക്കുറിച്ച് ഓർത്തപ്പോൾ അവളുടെ മനസിൽ എവിടെയോ അലിവ്. ഒപ്പം സഹതാപവും തോന്നാതിരുന്നില്ല. ഒരു കൊച്ചു കുഞ്ഞിനോടെന്നപോലെ വാത്സല്യവും തോന്നി. പാവം സൈനിന് സ്നേഹം ആവശ്യമാണെന്നും തോന്നി അവൾക്ക്. സൈൻ അവളുടെ ബന്ധുവാണ്. അതുകൊണ്ട് തന്നെ എല്ലാവരും കൂടി അവനെ കുരങ്ങുകളിപ്പിക്കുന്നതു കാണുമ്പോൾ അവൾക്ക് അരിശം തോന്നാറുമുണ്ട്.

നാല്

സൈൻ എവിടെ ഉറങ്ങുന്നു, എന്തു ചെയ്യുന്നു, എന്നതിനെക്കുറിച്ചൊന്നും സൈനിന്റെ ഉമ്മയ്ക്ക് ഒട്ടും വേവലാതി ഉണ്ടായിരുന്നില്ല. നാട്ടിലെ ഏതെങ്കിലുമൊരു വീട്ടിൽ വിവാഹമുണ്ടെങ്കിൽ സൈൻ അവിടെ ഉണ്ടാകുമെന്ന് ഉറപ്പാണ്. അവർ ഏതു വിഭാഗക്കാരാണെന്ന ചിന്തയൊന്നും സൈനിനില്ല. വെള്ളപ്പൊക്കമായാലും കൊടുങ്കാറ്റായാലും, പേമാരിയായാലും കൊടും തണുപ്പായാലും സൈൻ അവിടെ എത്താതിരിക്കില്ല. സ്ത്രീകളുടെ മുട്ടും പാട്ടും അവൻ ദൂരെനിന്നേ തിരിച്ചറിയും. പിന്നെ മേലങ്കി കാറ്റിൽ പറത്തി കൂക്കുംവിളിയുമായി ഒച്ച ലാക്കാക്കി ഒരോട്ടമാണ്. ഇരുട്ടും വെളിച്ചവുമൊന്നും അവന് പ്രശ്നമല്ല. താഴോട്ട് നോക്കിക്കൊണ്ടാണ് അവന്റെ കുതിപ്പ്. അടുത്തെവിടെയോ വിവാഹമുണ്ട്. രാത്രി അരണ്ട വെളിച്ചത്തിൽ കാറ്റുപോലെ പറക്കുന്ന സൈനിന്റെ മെലിഞ്ഞ രൂപം കാണുമ്പോൾ ചരക്കുമായി പോകുന്ന ലോറി ഡ്രൈവർമാർ ഉറപ്പിക്കും. ലോറിക്കാർക്ക് സൈനിനെ പരിചയമുണ്ട്. അവർ ലോറി നിർത്തി സൈനിനോട് കുശലം പറയാതെ പോവില്ല. അവൻ ക്ഷണിച്ചാൽ ചിലപ്പോൾ അവരും അവന്റെ കൂടെ വിവാഹവീട്ടിൽ ചെന്നെന്നുമിരിക്കും. മിക്കപ്പോഴും ഒരു കൂട്ടം ആൾക്കാരേയും കൊണ്ടാണ് സൈൻ കല്യാണവീട്ടിലെത്തുക.

അടുത്തെത്താറാവുമ്പോഴേക്ക് സൈൻ ഓരോ സ്ത്രീകളുടേയും ശബ്ദം വേറിട്ട് തിരിച്ചറിയും. അപ്പോഴേക്കും ദീപാലങ്കാരത്തിൽ മുങ്ങിക്കുളിച്ച കല്യാണവീടെത്തിയിരിക്കും. വിരുന്നുകാർ ആടിയും പാടിയും തിമിർക്കുന്നുണ്ടാകും. എങ്ങും പൊടിപടലം. ഇതിനിടയിലാണ് സൈനിന്റെ ഉദ്ഘോഷം. "വീട്ടുകാരേ, സൈനെത്തിയിരിക്കുന്നു." പെട്ടെന്നുള്ള ഈ വിളി കേൾക്കുമ്പോൾ കൊട്ടും പാട്ടും ആട്ടവും അൽപ്പനേര

ത്തേക്ക് തടസ്സപ്പെടുന്നു. സൈൻ ഒറ്റച്ചാട്ടത്തിന് ആട്ടക്കാരുടെ നടുവിലെത്തുന്നു. പിന്നെ തിമിർപ്പുതന്നെ. "വരിക, വരിക" ഓരോ സംഘക്കാരും സൈനിനെ ക്ഷണിക്കുന്നു. കൊട്ടും പാട്ടും നിലയ്ക്കുമ്പോൾ, കല്യാണ വീട്ടിലെ വിളക്കണഞ്ഞ് ഓരോരുത്തരായി പിരിയുമ്പോൾ സൈനും ഏതെങ്കിലും കല്ലിലോ മരത്തിലോ തല ചായ്ക്കുന്നു. പള്ളിയിൽ സുബഹി ബാങ്കുവിളി ഉയരുന്നതുവരെ സുഖമായ ഉറക്കം. സൈൻ ചെന്നാണ് ഉമ്മയെ വിളിച്ചുണർത്തുക. രാവിലെ സൈനിന് ഉമ്മയുടെ കൈകൊണ്ടുതന്നെ ചായ കിട്ടണം.

ഒരു ദിവസം നേരം പുലർന്നിട്ടും സൈൻ തിരിച്ചെത്തിയില്ല. ഇടത്തേ കൺപുരികം തുടിച്ചാൽ കുടുംബത്തിൽ ആർക്കെങ്കിലും അനർഥം ഉറപ്പാണെന്ന് സൈനിന്റെ ഉമ്മയ്ക്കറിയാം. അന്ന് അവരുടെ ഇടത് കൺപുരികം വല്ലാതെ തുടിച്ചിരുന്നു. സൂര്യനുദിച്ച് തലയ്ക്കു മുകളിലെത്തിയിട്ടും സൈനിനെ കാണാതായപ്പോൾ അവർക്ക് ഇരിക്കപ്പൊറുതിയില്ലാതായി. ആങ്ങളയുടെ വീട്ടിലൊന്ന് തിരക്കിക്കളയാം എന്നു കരുതി പുറത്തേക്കിറങ്ങി. വാതിൽ തുറന്ന് മുറ്റത്തിറങ്ങിയ അവർ ആ ഭീകരമായ കാഴ്ച കണ്ട് ഉറക്കെ നിലവിളിച്ചു. രാവിലെ സുബഹി നിസ്കാരം കഴിഞ്ഞ് ഉമ്മറത്ത് ചായകുടിച്ചുകൊണ്ടിരുന്ന ഇബ്രാഹിം ഹാജിയാണ് അയൽക്കാരിയുടെ നിലവിളി ആദ്യം കേട്ടത്. അദ്ദേഹം ഓടിച്ചെന്നപ്പോൾ സൈനിന്റെ ഉമ്മ ബോധംകെട്ടുകിടക്കുന്നു. അപ്പോഴേക്കും അയൽക്കാർ ഓരോരുത്തരായി എത്തിത്തുടങ്ങി. പെണ്ണുങ്ങൾ സൈനിന്റെ ഉമ്മയുടെ ചുറ്റും കൂടിയപ്പൾ ആണുങ്ങൾ തലപൊട്ടി ചോരയൊലിപ്പിച്ചു കിടക്കുന്ന സൈനിന്റെ അടുത്തെത്തി. ആളുകൾ കോപം കൊണ്ട് ജ്വലിച്ചു. "ഈ കൊലച്ചതി ചെയ്തവനാരായാലും അവനെ വെറുതെ വിടില്ല." അബ്ദുൽ ഹഫീസ് ആക്രോശിച്ചു. പെണ്ണുങ്ങൾ എണ്ണിപ്പെറുക്കി കരയാൻ തുടങ്ങി. നയിമ സൈനിനെ നോക്കിക്കൊണ്ട് ദൂരെ മാറിനിന്നു. അവൾക്ക് വല്ലാത്ത വേദന തോന്നി.

"ആരെങ്കിലും ചെന്ന് ഡോക്ടറെ വിളിക്ക്."

ഇബ്രാഹിം ഹാജി പറഞ്ഞപ്പോൾ ജനക്കൂട്ടം ഇരമ്പി. സ്ത്രീകളുടെ മൂടുപടം തെന്നിമാറി.

"അതേ, ഡോക്ടറെ വിളിക്കാൻ ചെല്ല്." മെഹജബും അബ്ദുൽ ഹഫീസും അതിനോട് യോജിച്ചു. അഹമ്മദ് ഇക്ബാൽ കഴുതപ്പുറത്തു കയറി ഡോക്ടറെ വിളിക്കാൻ പുറപ്പെട്ടു.

രണ്ടാഴ്ച കഴിഞ്ഞ് ആസ്പത്രിയിൽനിന്ന് തിരിച്ചെത്തിയ സൈൻ ആകെ മാറിയിരുന്നു. സദാ അഴുക്കും പൊടിയുമായി നടക്കാറുള്ള സൈനിന്റെ ദേഹത്ത് ഒരു തരി മണ്ണുപോലുമില്ല. അവന്റെ വസ്ത്രം വെട്ടിത്തിളങ്ങി. അവൻ ചിരിച്ചപ്പോൾ ജനങ്ങൾ അന്തംവിട്ടു. സാധാരണ കാണാറുള്ള രണ്ട് ചക്കപ്പല്ലുകൾക്കു പകരം വെട്ടിത്തിളങ്ങുന്ന രണ്ടുവരിപ്പല്ലുകൾ. ആകെ ഒരാനച്ചന്തം. അവനെ കാണാൻ വന്നവരുടെ കൂട്ടത്തിൽ നയിമയും ഉണ്ടായിരുന്നു. ആകെ മാറിയിരിക്കുന്നല്ലോ എന്ന് അവൾക്കും തോന്നി.

ആസ്പത്രി വിശേഷങ്ങൾ പറയുമ്പോൾ സൈനിന് ആയിരം നാവായിരുന്നു. ചങ്ങാതിമാരായ മെഹജബ്, അബ്ദുൾ ഹഫീസ്, അഹമ്മദ് ഇസ്മായിൽ, അഹമ്മദ് വദ് റിയാസ്, താഹർ റവാസി, കച്ചവടക്കാരൻ സയ്യിദ് തുടങ്ങിയവരോടെല്ലാം അവൻ ഇക്കാര്യം വിസ്തരിച്ചുതന്നെ പല വട്ടം പറഞ്ഞു.

"അവിടെ എത്തിയതും അവരെന്റെ ദേഹം തുടച്ചുവൃത്തിയാക്കി വെട്ടിത്തിളങ്ങുന്ന അങ്കി അണിയിച്ചു. പതുപതുപ്പുള്ള മെത്തയിൽ പാലുപോലെ വെളുത്ത വിരി. പോളിഷിട്ട് മിനുക്കിയ തറയിൽ ചവിട്ടിയാൽ കാൽ താഴ്ന്നുപോകുന്ന പരവതാനി."

"പരവതാനിയും തറയുമൊക്കെ കള. എന്തു തന്നാ അവർ നിന്റെ വയറ്റിലെ തീ കെടുത്തിയത്?"

"അയ്യോ ചോദിക്കല്ലേ... പറയുമ്പോൾ ഇപ്പോഴും നാവിൽ വെള്ള മൂറും. ഇറച്ചി, മുട്ട, മീൻ, കോഴി... ഇത്രയും സ്വാദുള്ളത് ഇതിന് മുമ്പ് ഞാൻ കഴിച്ചിട്ടില്ല."

പറയുമ്പോൾ അവന്റെ നാവിൽ വെള്ളമൂറി.

"അവിടെ അളന്നും തൂക്കിയുമല്ലേ എല്ലാം തരൂ. നിനക്കത് തികയുമോ?"

മെഹജബിന് സംശയം.

പുതിയ പല്ലുകൾ മുഴുവൻ പുറത്തുകാട്ടി മലർക്കെ ചിരിച്ചുകൊണ്ട് സൈൻ പറഞ്ഞു.

"എന്റെ നഴ്സ് വളരെ നല്ലവളായിരുന്നു."

"എന്റെ റബ്ബേ. ഈ മരത്തലയൻ അവന്റെ തനിക്കൊണം അവിടെയും കാണിച്ചെന്നാ തോന്നുന്നത്."

അബ്ദുൽ ഹഫീസ് മൂക്കത്ത് വിരൽ വച്ചു.

"അവളാ പെണ്ണ്... സത്യം...ഹോ..."

സൈൻ തലകുത്തിമറിഞ്ഞ് ചിരിച്ചു.

അതുവരെ ഒരക്ഷരം മിണ്ടാതെ സംസാരം ശ്രദ്ധിച്ചുകൊണ്ടിരുന്ന ഹമദ് വദ് റയീസ് പറഞ്ഞു:

"അവളെക്കുറിച്ചൊന്നു പറഞ്ഞേ, ഞങ്ങളും കേൾക്കട്ടെ."

സംസാരം മറ്റാരെങ്കിലും ശ്രദ്ധിക്കുന്നുണ്ടോ എന്ന് തിക്കുംപോക്കും നോക്കിയിട്ട് സൈൻ പറഞ്ഞു:

"കേട്ടോ കൂട്ടരേ, അള്ളാഹു പൊറുക്കട്ടെ. എന്നാലും അവളുടെ പുറകുവശം... ഹോ എന്തൊരു ചേല്..."

എങ്ങും ചിരിയുടെ മാലപ്പടക്കം. ചിരി നിയന്ത്രിച്ച് ശ്വാസംവിട്ടുകൊണ്ട് റയീസ് ചോദിച്ചു:

"എടോ, കൊച്ചുകഴുവേറീ, നീ അവിവേകം വല്ലതും കാണിച്ചോ?"

"അവളുടെ ദേഹം എത്ര മൃദുലം. എന്തൊരു തിളക്കം, ഒരു പാടുപോലും എങ്ങുമില്ല."

റയീസിന്റെ ചോദ്യം അവഗണിച്ചുകൊണ്ട് സൈൻ പറഞ്ഞു.

“അവളുടെ ദേഹം മൃദുലമാണെന്ന് നീയെങ്ങനെ അറിഞ്ഞു?”

റയീസ് സൈനിന് അടുത്തേക്ക് നീങ്ങിയിരുന്നിട്ട് ചോദിച്ചു.

“കണ്ണിന് മുന്നിലുള്ളത് കാണാതിരിക്കാൻ ഞാനെന്താ കണ്ണുപൊട്ടനാ?”

സൈൻ ഉടൻ തിരിച്ചടിച്ചു.

ഉത്തരം കേട്ട് തൃപ്തനായ റയീസ് പറഞ്ഞു:

“ഈ ചെക്കൻ നമ്മള് വിചാരിക്കുന്നപോലല്ല കേട്ടോ. മഹാ വിളഞ്ഞ വിത്താ.”

“ഞാനെന്തു ചെയ്തെന്ന് നിങ്ങക്ക് കേക്കണോ?”

കൈ പുറകിൽ കെട്ടി അവരുടെ അടുത്തേക്ക് നീങ്ങിയിരുന്നുകൊണ്ട് സൈൻ കുസൃതിച്ചിരിയോടെ ചോദിച്ചു:

“അള്ളാണെ, നബിയാണേ, പെട്ടെന്നു പറ നീ എന്തു ചെയ്തെന്ന്...”

റയീസ് ആകാംക്ഷയോടെ പറഞ്ഞു.

സൈൻ ചുണ്ടു മലർക്കെ വിടർത്തി പല്ല് പുറത്തുകാട്ടി ചിരിച്ചു. സയ്യീദിന്റെ പീടികയിലെ വിളക്കിന്റെ പ്രകാശത്തിൽ അവന്റെ പല്ലുകൾ മുത്തുപോലെ തിളങ്ങി. പക്ഷേ, പെട്ടെന്ന് തേൾ കുത്തിയതുപോലെ അവൻ ചാടിയെഴുന്നേറ്റു. ഓടാൻ ശ്രമിക്കുന്ന സൈനിനെ അഹമ്മദ് ഇസ്മായിലും മറ്റും പൂണ്ടടക്കം പിടിച്ചു. സൈൻ കുതറി ഓടാൻ ശ്രമിച്ചപ്പോൾ അവർ അവനെ തള്ളി താഴെയിട്ടു. അവർ കൂട്ടത്തോടെ അവന്റെ മേൽ വീണു. അഹമ്മദ് ഇസ്മായിൽ വലതുകൈയിൽ പിടികൂടി. അബ്ദുൽ ഹഫീസാകട്ടെ ഇടതിലും. താഹർ റവാസി നടുവിന് പിടിച്ചു. ഹമദ് വദ് റയീസിന് പിടി കിട്ടിയത് കാലിലായിരുന്നു. കടയിൽ എന്തോ സാധനം തൂക്കിക്കൊണ്ടിരുന്ന സയ്യീദും സഹായത്തിനായി ഓടിയെത്തി. എല്ലാവരും ഒത്തു പിടിച്ചിട്ടും സൈനിനെ തടയാൻ അവർക്കായില്ല.

അവന്റെ മെയ്ക്കരുത്തിനെക്കുറിച്ച് നാട്ടുകാർക്ക് അറിയായ്കയല്ല. പെട്ടെന്നാണ് അവന്റെ കൈകാലുകൾക്ക് ശക്തി കൂടുക. സൈൻ പക്ഷേ, പൊതുവേ ശാന്തനാണ്. വെറുതെ ആരോടും വഴക്കിന് പോകാറില്ല. ഒരിക്കൽ കലികൊണ്ടുപാഞ്ഞ ഒരു കാളക്കുട്ടനെ സൈൻ വൈക്കോൽക്കെട്ടെന്നപോലെ കൊമ്പിൽ തൂക്കി വലിച്ചെറിഞ്ഞത് നാട്ടുകാർ മറന്നിട്ടില്ല. അക്കേഷ്യാ മരം ചോളച്ചെടിയെന്നോണം പിഴുതെടുത്ത് അവൻ മദിച്ചു തുള്ളിയ കാര്യവും നാട്ടുകാരുടെ മനസിൽ മായാതെ കിടപ്പുണ്ട്. അവന്റെ മെലിഞ്ഞുണങ്ങിയ ദേഹത്തിന് അമാനുഷിക ശക്തിയാണെന്നും അവർക്ക് അറിവുള്ളതാണ്. പെട്ടെന്നാണ് സൈനിന്റെ ഭാവം മാറിയത്. തന്റെ പുറത്തേക്ക് മറിഞ്ഞുവീണ സയ്യീദിനെ നോക്കി അവൻ അരിശത്തോടെ അലറി.

“കള്ളക്കഴുതേ, കൊല്ലും ഞാനവനെ.”

“അള്ളാഹുവിനേയും നബിയേയും ഓർത്ത് അവനെ വെറുതെ വിട്ടേക്ക് സൈൻ.”

ഉറക്കെ വിളിച്ചുപറയുമ്പോൾ അബ്ദുൽ ഹഫീസിന്റെ സ്വരം ഇടറി

യിരുന്നു. മെഹജബും വല്ലാതെ വിരണ്ടു. കൂട്ടത്തിൽ പ്രായംകുറഞ്ഞ വനും കരുത്തനുമായ അഹമ്മദ് ഇസ്മായിൽ തോറ്റ് തുന്നംപാടി സൈനിന്റെ നടുപ്പുറത്ത് ഒരിടി വച്ചുകൊടുത്തു. താഹിർ റവാസിയും ശക്തിക്ക് ഒട്ടും പുറകിലല്ല. അവൻ നൈൽ നദി പലതവണ അക്കരെ ഇക്കരെ നീന്തിക്കടന്നിട്ടുള്ളവനാണ്. അവൻ നല്ലൊരു മുങ്ങൽക്കാരനും കൂടിയാണ്. പക്ഷേ സൈനിന്റെ കരുത്തുമായി താരതമ്യപ്പെടുത്തുമ്പോൾ ഇവരൊന്നും ഒന്നുമല്ല. സെയിഫുദ്ദീന്റെ മുരൾച്ച കേട്ട് നോക്കിയവർ വല്ലാതെ പേടിച്ചു. സൈനിന്റെ പിടിയിലമർന്ന അവൻ മരണവെപ്രാളം കാണിക്കുകയാണ്.

"അവനെ കൊന്നല്ലോ..."

മെഹജബ് ആർത്തു.

"അനുഗൃഹീതനായ സൈൻ അള്ളാഹു നിന്നിൽ പ്രസാദിച്ചിരിക്കുന്നു."

പെട്ടെന്ന് ഒരശരീരിപോലെ ഹനീന്റെ ശാന്തമായ ശബ്ദം കേട്ട സൈൻ പിടിവിട്ടു. സെയിഫുദ്ദീൻ പടോന്ന് താഴെ വീണു. മറ്റ് ആറു പേരും ഒപ്പം വീണു. മുന്നിലുള്ള ചുമർ പൊടുന്നനെ നിലംപതിച്ചതായിട്ടാണ് അവർക്ക് തോന്നിയത്. ഹനീന്റെ സ്വരം കേട്ട സൈൻ പകച്ചങ്ങനെ നിന്നു. ആർക്കും ഒന്നും മിണ്ടാനായില്ല. ചുണ്ടുകൾ പശവെച്ച് ഒട്ടിച്ചതുപോലെ. കണ്ണുകളിൽ പകപ്പ്. പരിസരബോധം വന്നപ്പോൾ അവൻ കുനിഞ്ഞ് തറയിൽ കിടക്കുന്ന സെയിഫുദ്ദീനെ നോക്കി.

"അള്ളാഹുവേ... നിനക്ക് നന്ദി..."

അയാൾ സെയിഫുദ്ദീനെ താങ്ങിയെടുത്ത് സയ്യീദിന്റെ പീടിക മുറ്റത്തെ ബെഞ്ചിൽ കിടത്തി. മുഖത്ത് വെള്ളം തളിച്ചു. ശരീരത്തിൽ ഉഴിഞ്ഞു. സൈൻ അപ്പോൾ കൈകൾ മുട്ടിനിടയിൽ തിരുകി തലയും കുനിച്ച് ഇരിക്കുകയായിരുന്നു. ഹനീൻ അവന്റെ പുറം തലോടി ആശ്വസിപ്പിക്കുകയാണ്:

"എന്തിനാ മോനേ നീയിങ്ങനെ ഒക്കെ ചെയ്യുന്നത്?"

മെഹജബ് എഴുന്നേറ്റ് വന്ന് സൈനിനെ വഴക്കുപറഞ്ഞപ്പോൾ ഹനീൻ തടഞ്ഞു.

"ആദരണീയനായ ഷേക്ക്, അള്ളാഹുവാണ് താങ്കളെ ഇവിടെ എത്തിച്ചത്. അല്ലെങ്കിൽ ആ പാവം മരിച്ചുപോകുമായിരുന്നു."

അഹമ്മദ് ഇസ്മായിലും താഹറും അതിനോട് യോജിച്ചു. അബ്ദുൽ ഹാഫീസും സയ്യീദും റവാസിയും സെയിഫുദ്ദീനെ ശുശ്രൂഷിച്ചുകൊണ്ട് പീടികത്തിണ്ണയിൽത്തന്നെ നിന്നു.

അൽപ്പസമയം മിണ്ടാതിരുന്നിട്ട് തലകുനിച്ചുകൊണ്ടുതന്നെ സൈൻ പറഞ്ഞു.

"നേരാ അയാൾ പറഞ്ഞത്. അങ്ങ് വന്നില്ലായിരുന്നെങ്കിൽ ഞാൻ തീർച്ചയായും അവനെ കൊന്നേനെ. ആ കഴുത എന്റെ തലയ്ക്ക് മഴുവെടുത്തടിച്ചാൽ ഞാനവനെ വെറുതെ വിടുമോ?"

അതു പറയുമ്പോൾ അവന്റെ സ്വരം ഇടറിയിരുന്നു. കേട്ടപ്പോൾ മറ്റുള്ളവർക്കും സഹതാപം തോന്നി.

"പക്ഷേ നീ ചെയ്തത് തെറ്റാണ്."

ഹനീൻ പറഞ്ഞു.

സൈൻ ഒന്നും മിണ്ടിയില്ല.

"ആട്ടേ, എപ്പഴാ സെയിഫുദ്ദീൻ മഴുകൊണ്ട് നിന്റെ തലയ്ക്കടിച്ചത്?"

ഹനീൻ ചോദ്യം തുടർന്നു.

"അവന്റെ പെങ്ങളുടെ കല്യാണദിവസം."

അതുപറയുമ്പോൾ അവന്റെ കണ്ണുകളിൽ കുസൃതി.

"അന്ന് നീ എന്ത് കുസൃതിയാ ഒപ്പിച്ചത്?"

"അവന്റെ പെങ്ങക്ക് എന്നെ ഒരു നോട്ടമുണ്ടായിരുന്നു. അത് വക വെക്കാതെയല്ലേ ഇവൻ അവളെ മറ്റൊരു കോന്തനെക്കൊണ്ട് കെട്ടിച്ചത്."

അഹമ്മദ് ഇസ്മായിലിന് ചിരി അടക്കാൻ കഴിഞ്ഞില്ല.

"നാട്ടിലെ പെൺകുട്ടികൾക്കെല്ലാം അനുഗൃഹീതനായ നിന്നെ പ്രിയ മാണ്. ഇന്നല്ലെങ്കിൽ നാളെ ഈ നാട്ടിലെ ഏറ്റവും നല്ല പെൺകുട്ടിയെ നിനക്കു കിട്ടുകതന്നെ ചെയ്യും."

ഹനീൻ അവന്റെ തലയിൽ തടവി ആശ്വസിപ്പിച്ചു.

മെഹജബിന്റെ ഹൃദയം അറിയാതെയെന്നോണം ഉറക്കെ മിടിച്ചു. ഹനീനെപ്പോലെ ഭക്തരും മതവിശ്വാസികളുമായ ഷേക്കുമാരെ കാണു മ്പോൾ അതു പതിവാണ്. ഉള്ളിൽ പേരെടുത്തുപറയാൻ കഴിയാത്ത ഒരുതരം ഭയം. അവരെ കഴിയുന്നതും ഒഴിഞ്ഞുമാറി നടക്കുകയാണ് അയാളുടെ പതിവ്. അവരുടെ ഉപദേശങ്ങളനുസരിച്ച് ജീവിക്കണമെന്ന് മോഹമുണ്ട്. യോഗിവര്യന്മാരുടെ ഉപദേശങ്ങൾ പാഴ്വാക്കുകളായി തള്ളി ക്കളയാനുള്ളതല്ല എന്ന ബോധം എന്നും ഉള്ളിലുണ്ട്. എങ്കിലും പല പ്പോഴും വഴി തെറ്റിപ്പോവുകയാണ് പതിവ്. ഹനീനെ അയാൾക്ക് പൂർണ വിശ്വാസമാണ്. എങ്കിലും അറിയാതെയെന്നോണം ചുണ്ടുകൾ ചലിച്ചു:

"ഈ മരക്കോന്തനെ വിവാഹം കഴിക്കാൻ ആരാണ് മുതിരുക? മാത്ര മോ, ഇപ്പോഴിതാ അവന് ആളെ കൊല്ലാനും മടിയില്ലാതായിരിക്കുന്നു."

ഹനീൻ തറപ്പിച്ചൊന്ന് നോക്കിയപ്പോൾ മെഹജബിന്റെ ഉള്ളിലൊരു കിടിലം. എങ്കിലും അയാളത് പുറത്തുകാണിച്ചില്ല.

"സൈൻ ശക്തനും അനുഗ്രഹിക്കപ്പെട്ടവനുമാണ്. ഒരുനാൾ അവൻ ഈ നാട്ടിലെ ഏറ്റവും സുന്ദരിയായ പെൺകുട്ടിയെത്തന്നെ വിവാഹം കഴിക്കും."

ഹനീൻ വീണ്ടും പറഞ്ഞു.

"ആ കള്ളക്കഴുതയെ എനിക്ക് കൊല്ലണം. അവന്റെ പെങ്ങളെ മോഹിച്ചതിന് അവൻ എന്നെ അടിച്ചുകൊല്ലാൻ തുനിഞ്ഞു."

അതു പറയുമ്പോൾ സൈനിന്റെ മുഖം കുട്ടികളുടേതുപോലെ നിഷ്കളങ്കമായിരുന്നു.

"ഇത് ഇവിടംകൊണ്ട് തീർക്കണം. അവൻ നിന്നെ മഴുകൊണ്ടടിച്ചു. പകരം നീയും അവനെ മതിയാവോളം വേദനിപ്പിച്ചു. ഇനി മതി."

ഹനീൻ ശാസിച്ചു. അദ്ദേഹം സെയിഫുദ്ദീനെ അടുത്തേക്കു വിളിച്ചു. സയ്യീദ്, അബ്ദുൾ ഹഫീസ്, റയീസ് തുടങ്ങിയവരുടെ സഹായത്തോടെ അയാൾ അടുത്തേക്കുവന്നു.

"എഴുന്നേറ്റ് ചെന്ന് അവന് കൈകൊടുത്ത് സലാംപറ."

ഹനീൻ സൈനിനോട് പറഞ്ഞു. സൈൻ അനുസരിച്ചു. പിന്നീടവൻ ഹനീനെ കെട്ടിപ്പിടിച്ച് മുത്തിയിട്ട് പിറുപിറുത്തു:

"ആദരണീയനാണ് അങ്ങ്. ഞങ്ങളുടെ പിതാവ്... അല്ലാഹു അനുഗ്രഹിച്ചവൻ..."

അവിടെ കൂടിനിന്നവരെ ഈ കാഴ്ച വല്ലാതെ സ്പർശിച്ചു. അവർ സ്തബ്ധരായി നിന്നു. സെയിഫുദ്ദീന്റെ കണ്ണുകൾ നിറഞ്ഞൊഴുകി.

"തെറ്റാണ് ഞാൻ ചെയ്തത്. പൊറുക്ക്..."

അവൻ സൈനിനെ കെട്ടിപ്പിടിച്ച് മാപ്പു ചോദിച്ചു. പിന്നീട് അയാൾ ഹനീന്റെ കൈപിടിച്ച് മുത്തി. അപ്പോൾ അവിടെ കൂടിയിരുന്ന ഓരോരുത്തരായി ചെന്ന് ഹനീന്റെ കൈ മുത്തി.

"നിങ്ങളുടെമേൽ അല്ലാഹു അനുഗ്രഹം ചൊരിയുകതന്നെ ചെയ്യും."

വളരെ പതുക്കെ അങ്ങനെ മന്ത്രിച്ചിട്ട് അദ്ദേഹം നടക്കാൻ തുടങ്ങി.

"ഇന്നുരാത്രി ആഹാരം ഞങ്ങളുടെ കൂടെ."

മെഹജബ് പെട്ടെന്ന് ക്ഷണിച്ചു.

ഹനീൻ സ്നേഹപൂർവം നിരസിച്ചിട്ട് സൈനിന്റെ തോളിൽ പിടിച്ച് നടന്നുകൊണ്ട് പറഞ്ഞു:

"ഇന്നത്തെ ഊണ് ഈ സത്യവിശ്വാസിയുടെ വീട്ടിൽ."

അവർ രണ്ടുപേരും ഇരുട്ടിൽ മറഞ്ഞു. സയ്യീദിന്റെ പീടികയിലെ വിളക്കിലെ വെളിച്ചം ആണുങ്ങളുടെ തോളത്ത് കിടക്കുന്ന വെള്ള മസ്ലിൻ അറിയാതെ താഴെ വീണതുപോലെ പെട്ടെന്നു അണഞ്ഞു. അവർ അത്ഭുതത്തോടെ പരസ്പരം നോക്കി.

അഞ്ച്

മേൽപ്പറഞ്ഞ സംഭവങ്ങൾ നടന്നിട്ട് കാലം ഏറെയായി. മെഹജബ്, അബ്ദുൽ ഹഫീസ്, റയീസ്, താഹിർ തുടങ്ങിയവർ ഉപ്പാപ്പമാരായി. അഹമ്മദ് ഇസ്മായിൽ വാപ്പയായി. അയാളുടെ പെൺമക്കൾക്ക് വിവാഹപ്രായമായി. അപ്പോഴൊക്കെയും നാട്ടുകാർ ഈ സംഭവത്തെക്കുറിച്ച് ഇടയ്ക്കിടെ പറയുക പതിവായിരുന്നു. അന്ന് അതിൽ പങ്കാളികളായവർക്ക് ഭയത്തോടുകൂടി മാത്രമേ അക്കാര്യം ഓർമിക്കാൻ സാധിക്കാറുള്ളൂ. ഇതുപോലെ മറ്റൊരു കാര്യത്തെക്കുറിച്ചും മെഹജബ് മുമ്പൊരിക്കലും വേവലാതിപ്പെട്ടിരുന്നില്ല. അന്ന് ഇവിടെ കൂടിയിരുന്ന എട്ടുപേരെയും ഒരുവിധത്തിൽ അല്ലെങ്കിൽ മറ്റൊരു വിധത്തിൽ ഈ സംഭവം ബാധിക്കുകതന്നെ ചെയ്തു. ഈ സംഭവത്തെക്കുറിച്ച് അവർ എട്ടുപേരും ഒരായിരം തവണയെങ്കിലും ചർച്ച ചെയ്തുകാണും. ഓരോ തവണ പറയുമ്പോഴും ഒരു വല്ലാത്തവികാരമാണ് അവർക്ക് തോന്നുക. സൈനിന്റെ വിരലുകൾ സെയിഫുദ്ദീന്റെ കഴുത്തിൽ മുറുകിയപ്പോൾ ഹനീൻ പെട്ടെന്നവിടെ പ്രത്യക്ഷപ്പെടുക! അന്നും ഇന്നും അത് കുറച്ചൊന്നുമല്ല അവരെ അത്ഭുതപ്പെടുത്തിയിട്ടുള്ളത്. സെയ്ഫുദ്ദീൻ അനക്കമറ്റാണ് തറയിൽ വീണതെന്ന് അവർ ഇന്നും വിശ്വസിക്കുന്നു. സൈൻ കഴുത്തിലെ പിടി മുറുക്കിയതോടെ താൻ മയങ്ങിപ്പോയെന്നും പിന്നെ നടന്നതൊന്നും ഓർമയില്ലെന്നുമാണ് സെയിഫുദ്ദീൻ പറയുന്നത്. കൂറ്റനായ ഒരു മുതല വായും പിളർന്ന് അടയ്ക്കുന്നു. പെട്ടെന്ന് ശക്തിയായ ഒരു തിരമാല ആഞ്ഞടിച്ചപ്പോൾ താൻ മുതലയുടെ വായിൽനിന്ന് തെറിച്ചുപോയി. മുതലായാകട്ടെ കടലിന്റെ ആഴങ്ങളിലേക്ക് ഊളിയിട്ടു എന്നാണ് സെയിഫുദ്ദീന്റെ വിശദീകരണം. മരണത്തെ മുഖാമുഖം കണ്ട നിമിഷമായിരുന്നു എന്നതിൽ തർക്കമില്ല.

"കരുണാനിധിയായ അള്ളാഹു അല്ലാതെ ഒരിലാഹുമില്ല.
മുഹമ്മദ് നബി അവന്റെ റസൂലാണ്."

എന്നാണ് കണ്ണുതുറന്നപ്പോൾ അയാൾ ആദ്യം പറഞ്ഞത് എന്ന് തൊട്ടടുത്തുണ്ടായിരുന്ന അബ്ദുൽ ഹാഫിസ് അന്നും ഇന്നും ആണയിട്ടു പറയാറുണ്ട്. ഏതായാലും ഒന്നുറപ്പാണ്. ഈ സംഭവത്തിനുശേഷം സെയിഫുദ്ദീന്റെ ജീവിതം ആകെ മാറി.

ബദയി എന്ന തട്ടാന്റെ മകനാണ് സെയിഫുദ്ദീൻ. സ്വർണപ്പണി പാരമ്പര്യമായി ചെയ്തുപോരുന്നവർ. അയാൾ പണക്കാരനായിട്ടും ആ പേര് മാഞ്ഞതുമില്ല. ഇന്ന് ഗ്രാമത്തിലെ ഏറ്റവും മുന്തിയ പണക്കാരനാണ് ബദയി. ഇക്കണ്ട കാശെല്ലാം അയാൾ ഉണ്ടാക്കിയതും ആ തൊഴിൽ കൊണ്ടുതന്നെ. പണമുള്ള കുടുംബത്തിൽനിന്ന് വിവാഹംകഴിച്ചതുകാരണം അങ്ങനെയും കുറെ കാശുകിട്ടി. തൊട്ടതെല്ലാം പൊന്നാക്കുന്ന തട്ടാൻ എന്നാണ് നാട്ടുകാർ അയാളെക്കുറിച്ച് പറഞ്ഞിരുന്നത്. ഇരുപത് വർഷംകൊണ്ട് അയാൾ കണക്കറ്റ് സ്വത്തുക്കൾ സമ്പാദിച്ചുകൂട്ടി. ഈന്തപ്പഴം കയറ്റി അയയ്ക്കുകയും മറ്റുപല സാധനങ്ങളും ഇറക്കുമതി ചെയ്യുകയും ചെയ്തു. അയാളുടെ ഭാര്യയുടെയും പെൺമക്കളുടെയും കൈയിലും കഴുത്തിലും നിറയെ മിന്നിത്തിളങ്ങുന്ന ആഭരണങ്ങൾ. അഞ്ചുപെൺമക്കളുടെ ഇടയിൽ ഏക ആൺതരിയായിരുന്നു സെയിഫുദ്ദീൻ. ഉമ്മയും വാപ്പയും സഹോദരിമാരും തലയിലും താഴത്തും വെക്കാതെയാണ് അവനെ വളർത്തിയത്. അതുകൊണ്ടുതന്നെ ആകെ വഷളാവുകയും ചെയ്തു. എന്തിനും ഏതിനും ഒരാളുടെ സഹായം വേണം. വൃക്ഷത്തണലിൽ സൂര്യവെളിച്ചം കിട്ടാതെ വളരുന്ന മരം പോലെ ആയിരുന്നു അവൻ.

മകനെക്കുറിച്ചുള്ള ആധിയോടെയാണ് ബദയി മരിച്ചത്. ധാരാളം പണം ചെലവാക്കി പഠിക്കാനയച്ചിട്ടും മകൻ ഒരിടത്തും എത്തിയില്ല. കച്ചവടത്തിനിരുത്തിയിട്ട് കര പിടിച്ചതുമില്ല. ഒരു മാസംകൊണ്ട് പൊളിഞ്ഞ് പാളീസായി. പിന്നീടയാൾ മകനെ ഒരു യന്ത്രശാലയിൽ പണി പഠിക്കാനയച്ചു. അവൻ അവിടെനിന്ന് ഒളിച്ചോടി. അവസാനം ഒരുപാട് പണം ചെലവാക്കി സർക്കാർ ഗുമസ്ഥന്റെ ജോലി വാങ്ങിച്ചുകൊടുത്തു. മകൻ സ്വന്തം കാലിൽ നിന്നുകാണാൻ ഏറെ മോഹമുണ്ടായിരുന്നു അയാൾക്ക്. കുറച്ചുമാസം മാത്രമേ അതും നിലനിന്നുള്ളൂ. രാത്രി മുഴുവൻ മദ്യക്കടയിലാണെന്ന് നാട്ടിൽ മുഴുവൻ പാട്ടായിരുന്നു. തോന്നുമ്പോഴാണ് ഓഫീസിൽ ചെല്ലുക. ഇങ്ങനെപോയാൽ പിരിച്ചുവിടുമെന്ന് മേലുദ്യോഗസ്ഥൻ പലതവണ താക്കീതുചെയ്തു. ബാപ്പ പട്ടണത്തിൽ ചെന്ന് പിടിച്ച പിടിയാലെ മകനെ കൂട്ടിക്കൊണ്ടുപോന്നു. കുറെനാൾ സെയിഫുദ്ദീൻ ബാപ്പയുടെ തടവിൽ കഴിഞ്ഞു.

പശുക്കളെ മേയ്ക്കലും കൃഷിപ്പണി മേൽനോട്ടവും വിറകുശേഖരിക്കലും ഒക്കെയായി കുറച്ചുനാൾ കഴിഞ്ഞു. അപ്പോഴും വൈകുന്നേരങ്ങളിലെ തമാശകൾക്ക് കുറവൊന്നും വരുത്തിയില്ല. മദ്യമില്ലാതെ വയ്യെ

ന്നായി നില. സ്ത്രീകൾ മദ്യക്കച്ചവടംചെയ്യുന്ന ചില പ്രത്യേകസ്ഥലങ്ങളുണ്ട്. അന്യസ്ഥലങ്ങളിൽ നിന്ന് അടിമകളാക്കിക്കൊണ്ടുവന്നവർ, ദൂരെ സ്ഥലങ്ങളിൽനിന്ന് വിവാഹംകഴിച്ച് കൊണ്ടുവന്നിട്ട് ഭർത്താക്കന്മാർ ഉപേക്ഷിച്ചവർ, സഹായത്തിനാരുമില്ലാത്ത അടിമസ്ത്രീകൾ തുടങ്ങിയവരാണ് ഈ പണിക്ക് പോയിരുന്നത്. സ്വരച്ചേർച്ചയില്ലാത്ത കുടുംബത്തിലെ സ്ത്രീകളും ഒരു നേരമ്പോക്കെന്ന നിലയിൽ ഈ തൊഴിലിന് ഇറങ്ങാറുണ്ടായിരുന്നു. നാട്ടുകാർക്ക് ഇക്കൂട്ടരെ വെറുപ്പായിരുന്നു. അവർ എന്നും ഇവരെ അകറ്റിനിർത്തി. ആൾപ്പാർപ്പില്ലാത്ത മരുഭൂമിയിലായിരുന്നു ഇവരുടെ കുടിലുകൾ. രാത്രികളിൽ ഗ്രാമം ഉറങ്ങുമ്പോൾ ഇവരുടെ കുടിലുകൾ ഉണരുന്നു. വിളക്കു തെളിയുന്നു. കുടിച്ചു മത്തായവരുടെ ചിരിയുടെ ഒലികൾ ഗ്രാമത്തിലും എത്തുക പതിവായിരുന്നു. നാട്ടുകാർ തരംകിട്ടുമ്പോഴൊക്കെ അവരുടെ കുടിലുകൾ തീവച്ച് നശിപ്പിക്കാൻ ശ്രമിക്കാറുണ്ടായിരുന്നു. എങ്കിലും ഒരിക്കലും മരണമില്ലാത്ത അൽഫാച്ചെടികളെപ്പോലെ അവർ വീണ്ടും വീണ്ടും കിളിർത്തു.

നാട്ടുകാർ പലവിധത്തിൽ ഉപദ്രവിച്ച് ഓടിക്കാൻ ശ്രമിച്ചപ്പോഴും ചത്ത പശുവിനെ പൊതിയുന്ന ഈച്ചകളെപ്പോലെ അവർ അവിടെത്തന്നെ ഒത്തുകൂടി. രാത്രികാലങ്ങളിൽ അവിടെനിന്നുയരുന്ന കുടിച്ചു മത്തരായ യുവതികളുടെ വിടച്ചിരി ഗ്രാമത്തിലെ പല യുവാക്കളെയും അങ്ങോട്ടാകർഷിച്ചു. മരുഭൂമിയിലെ മരുപ്പച്ച ഗ്രാമത്തിലെ പുരഷന്മാരെ പേടിപ്പിക്കുകയും അതേസമയം ആഹ്ലാദിപ്പിക്കുകയും ചെയ്തു. അതുകൊണ്ടുതന്നെ അവിടെയൊന്നു കയറണമെന്ന തോന്നലും അവർക്കുണ്ടായി.

അങ്ങനെയാണ് സെയിഫുദ്ദീൻ അവിടെ എത്തിയത്. താമസിയാതെ ഒരുത്തിയുടെ വലയിൽ അവൻ വീഴുകയും ചെയ്തു. നിത്യവും വൈകുന്നേരം കുളിച്ചൊരുങ്ങി അയാൾ അവിടെ ചെല്ലുക പതിവായി. വാർത്ത ബദയിയുടെ ചെവിയിലും എത്താതിരുന്നില്ല. അയാൾ ഒന്നും കേട്ടതായി നടിച്ചില്ല. ചിലപ്പോൾ അടക്കാനാവാതെ ചിലരോട് തട്ടിക്കയറി എന്നും വരും. പക്ഷേ, ഒരു ദിവസം രാത്രി സെയിഫുദ്ദീൻ കുടിച്ചുലക്കുകെട്ട് വീട്ടിലെത്തിയപ്പോൾ അയാളുടെ ക്ഷമകെട്ടു. നിസ്കരിച്ചുകൊണ്ടിരുന്ന ബാപ്പയുടെ മുന്നിൽ നിന്നുകൊണ്ട് സെയിഫുദ്ദീൻ വായിൽ തോന്നിയത് വിളിച്ചുപറഞ്ഞപ്പോൾ അയാളുടെ സകലനിയന്ത്രണവും വിട്ടുപോയി. സ്വന്തം ബാപ്പയുടെ മുന്നിൽനിന്നുകൊണ്ട് താന്തോന്നിത്തരം വിളിച്ചുപറയുക! അതും പ്രാർഥനാവേളയിൽ. എങ്ങനെ സഹിക്കും? ഒരു വേശ്യാപ്പെണ്ണിനെ വിവാഹം കഴിക്കുമെന്ന് ഉറക്കെ വിളിച്ചുകൂവുന്നതുകേട്ടപ്പോൾ ബദയി ചാടിയെഴുന്നേറ്റ് മകനെ അടിക്കാൻ തുടങ്ങി. ഉറക്കെ കരഞ്ഞുകൊണ്ട് ഉമ്മ ഇടയിൽ ചാടി തടസ്സംപിടിച്ചു. കൂട്ടനിലവിളി കേട്ട് അയൽക്കാർ ഓടിക്കൂടി. അവരാണ് സെയിഫുദ്ദീനെ ബാപ്പയുടെ കൈകളിൽ നിന്ന് രക്ഷപ്പെടുത്തിയത്. അപ്പോഴേക്കും അവൻ ചാവാറായിരുന്നു. എന്നിട്ടും അരിശംതീരാതെ ബദയി അലറി:

"ഇറങ്ങെടാ വെളിയിൽ. ഇനി ഇവിടെ കണ്ടുപോകരുത്. നീയെന്റെ മകനല്ല."

സെയിഫുദ്ദീൻ തന്റെ അമ്മാവന്റെ വീട്ടിലാണ് അന്നു രാത്രി കിടന്നത്. പിറ്റെദിവസം പുലർച്ചെ അയാൾ അവിടെനിന്ന് അപ്രത്യക്ഷനാവുകയും ചെയ്തു.

അതോടെ ബദയിക്ക് ആധിയായി. ആധി വ്യാധിയായി. ശരീരം മെലിഞ്ഞു. ഊണും ഉറക്കവുമില്ലാതായി. താൻ കാരണമാണല്ലോ മകൻ വീടുവിട്ടതെന്ന ചിന്ത അയാളെ കുറച്ചൊന്നുമല്ല ദുഖിപ്പിച്ചത്. സെയിഫുദ്ദീനെക്കുറിച്ച് നിത്യേനയെന്നോണം പല വാർത്തകളും കേട്ടുകൊണ്ടിരുന്നു. അതൊക്കെയും അയാളുടെ ഉറക്കം കെടുത്താൻ പോന്നവയായിരുന്നു. ഏതോ കളവുകേസിൽ അയാളെ ജയിലിലടച്ചു. സുഡാനിൽ വച്ച് ആരെയോ കൊന്നു എന്ന കുറ്റമാരോപിച്ച് അയാളെ തൂക്കിക്കൊല്ലാൻ വിധിച്ചിരിക്കുന്നു. വാസ്തവത്തിൽ അയാളായിരുന്നില്ല കുറ്റവാളി. എങ്കിലും ശിക്ഷിക്കപ്പെട്ടു. ശരിയായ കുറ്റവാളി രക്ഷപ്പെടുകയും ചെയ്തു. അയാൾ വേശ്യകളോടൊത്ത് കുടിച്ചുകൂത്താടി കഴിയുകയാണ്. കേട്ടാൽ അറയ്ക്കുന്ന കഥകളായിരുന്നു എല്ലാം. അയാൾ പരുത്തിത്തൊഴിലാളികളുടെ കൂടെ ജോലിചെയ്യുന്നതു കണ്ടു എന്നു വാർത്തയുമായാണ് മറ്റൊരാളെത്തിയത്. പിന്നീട് കേട്ടു അയാൾ ലോറി ഡ്രൈവറാണെന്ന്. അയാൾ പരുത്തികൃഷി തുടങ്ങിയതായും കേട്ടുകേൾവി ഉണ്ടായി.

തന്റെ സ്വത്തുവകകൾ ഭാര്യയുടേയും പെൺമക്കളുടേയും പേരിൽ ഒസ്യത്തെഴുതി വെക്കാൻ പലരും ബദയിയെ നിർബന്ധിച്ചു. അയാൾ കൂട്ടാക്കിയില്ല. തനിക്കിപ്പോൾ പറയത്തക്ക അസുഖമൊന്നുമില്ല. അന്ത്യമടുത്തെന്ന തോന്നലുമില്ല. അങ്ങനെ തോന്നലുണ്ടാവുമ്പോൾ തീർച്ചയായും ഒസ്യത്തെഴുതി വെക്കുകതന്നെ ചെയ്യും.

"മകൻ തിരിച്ചുവരൂന്നാ മൂപ്പരുടെ വിചാരം."

നാട്ടുകാർ പരിഹസിച്ചു.

ഒരു റമസാൻ മാസരാത്രിയിൽ നോമ്പുകാലത്തെ പ്രത്യേക രാത്രി നമസ്കാരമായ തറാവീഹ് നിസ്കരിക്കുന്നതിനിടയിലാണ് ബദയി കുഴഞ്ഞുവീണ് മരിച്ചത്. ബദയി പുണ്യം ചെയ്തവനാണ്. അതുകൊണ്ടാണല്ലോ റമസാനിൽ നമസ്കാരപ്പായയിൽ മരിച്ചുവീണത്. നാട്ടുകാർ ഒത്തുകൂടി പ്രത്യേകപ്രാർഥന നടത്തി.

"അള്ളാഹുവേ നല്ലവനായ ബദയിക്ക് പരലോകത്ത് സുഖവും സന്തോഷവും സമാധാനവും കൊടുക്കണേ.... സ്വർഗത്തിനവകാശിയാക്കണേ..."

ബാപ്പ മരിച്ച് ദുഃഖാചരണം തീരുംമുമ്പേ ഒരു ദിവസം രാത്രി നിനച്ചിരിക്കാതെ സെയിഫുദ്ദീൻ കയറിവന്നു. കൈയിൽ സുഡാൻകാർ ഉപയോഗിക്കുന്ന തരത്തിലുള്ള ഒരു വടിയും മറ്റ് അല്ലറചില്ലറ സാധനങ്ങളും ഉണ്ടായിരുന്നു. തലമുടി അക്കേഷ്യാ മരംപോലെ കട്ടപിടിച്ചിരുന്നു. മുഖം നരകം കണ്ടവനെപ്പോലെ ഭീകരം. തന്നോട് സലാം പറഞ്ഞവരോട്

ആരോടും അയാൾ തിരിച്ച് സലാംപറഞ്ഞില്ല. അയാളുടെ വകയിലൊരമ്മാവൻ വന്ന് തോളിൽ പിടിച്ചിട്ടും ഭാവമാറ്റമൊന്നുമില്ല. ഇതിനിടയിൽ വാർത്ത അകത്തളത്തിലുമെത്തി. ബാപ്പ മരിച്ചതുകാരണം ഉമ്മ 'മറ' ആചരിക്കുകയാണ്. അന്യരെ കാണാനോ അവർ പറയുന്നത് കേൾക്കാനോ പാടില്ല. ഉമ്മ അറിഞ്ഞിട്ടും അറിയാത്ത മട്ടിൽ കിടന്നു. സെയിഫുദ്ദീന്റെ സഹോദരിമാരും അമ്മായിമാരും കൂട്ടത്തോടെ പുറത്തിറങ്ങി എതിർത്തും അനുകൂലിച്ചും പലതും പറയാൻ തുടങ്ങിയപ്പോൾ കാരണവർ തടഞ്ഞു. അതോടെ അവരുടെ നാവു താണു.

വീട്ടുകാരും നാട്ടുകാരും എതിരായിരുന്നിട്ടും വാപ്പയുടെ സ്വത്തവകാശം അയാൾക്കുതന്നെ കിട്ടി. ഉമ്മയ്ക്കും സഹോദരിമാർക്കുമുള്ള പങ്ക് വാങ്ങിച്ചുകൊടുക്കാൻ സാധിച്ചതുതന്നെ വലിയ കാര്യമായി അമ്മാവന്മാർ കണക്കാക്കി. ബാപ്പയുടെ സ്വത്തിൽ മുക്കാൽ പങ്കും സെയിഫുദ്ദീന്റേതായി. നാട്ടുകാർ ഞൊണ്ടി മൂസയെന്ന് വിളിക്കുന്ന സൈനിന്റെ കൂട്ടുകാരൻ മൂസയുടെ ശനിദശയും അന്നുതന്നെ തുടങ്ങി. ബദയിയുടെ അടിമയായിരുന്നു മൂസ. സെയിഫുദ്ദീൻ ഭരണമേറ്റതും മൂസയെ ഇറക്കിവിട്ടു. സെയിഫുദ്ദീൻ താന്തോന്നിയായിത്തന്നെ കഴിഞ്ഞു. കാശ് വെള്ളംപോലെ ചെലവാക്കി. നാടുചുറ്റി നടന്നു. വിളവെടുക്കാനോ സ്വത്ത് വിറ്റു കാശാക്കാനോ മാത്രമാണ് അയാൾ നാട്ടിലെത്തുക. ഇങ്ങനെയൊരു മനുഷ്യനെ ആ നാട്ടുകാർ ഇതിനുമുമ്പ് കണ്ടിരുന്നില്ല. ഒരു പ്രത്യേക ജനുസ്സ്. ഉറ്റവരും ഉടയവരും അയാളെ വെറുത്തു. അയാളെ വീട്ടിൽ കയറ്റാൻപോലും അവർക്ക് ഭയമായിരുന്നു.

സഹോദരിയുടെ വിവാഹത്തിനുപോലും വീട്ടുകാർ അയാളെ ക്ഷണിച്ചില്ല. മരണാടിയന്തിരങ്ങളും അയാളെ ആരും അറിയിക്കാറില്ല. അയാൾ കാരണം സഹോദരിയുടെ വിവാഹം ഒരു ദാരുണസംഭവമായി മാറി. സൈനായിരുന്നു കാരണം. സൈൻ പതിവുപോലെ ആടിപ്പാടി കല്യാണവീട്ടിലെത്തി. എന്തോ പറഞ്ഞുതെറ്റി സെയിഫുദ്ദീൻ അവനെ പൊതിരെ തല്ലി. മഴുകൊണ്ട് തലക്കടിച്ചു. സൈൻ കഷ്ടിച്ചു രക്ഷപ്പെടുകയായിരുന്നു. അതുകൊണ്ട് ജയിലിൽ പോകാതെ കഴിഞ്ഞു. ജയിലിൽ പോകാൻപോലും അർഹനല്ല സെയിഫുദ്ദീൻ എന്നായിരുന്നു നാട്ടുകാരുടെ വിധി. ഇതെല്ലാം കണ്ട വരൻ സെയിഫുദ്ദീനുമായി പിണങ്ങി വിവാഹം കഴിക്കാൻ തയാറല്ലെന്നുപറഞ്ഞ് സ്ഥലംവിടാൻ ഒരുങ്ങി. അവസാനം നാട്ടുകാർ വരന്റെ വാപ്പയുടെ കാലിൽ വീണു കേണു. സെയിഫുദ്ദീനെ ഇറക്കിവിട്ടാൽ ആലോചിക്കാമെന്നായി വാപ്പ. സെയിഫുദ്ദീന്റെ കൂടെ ഒരു കൂട്ടം ചങ്ങാതിമാരും എത്തിയിരുന്നു. കുറെ നാടോടികൾ. സെയിഫുദ്ദീന്റെ കൂട്ടുകാരാണെന്നുംപറഞ്ഞ് കല്യാണവീട് കൈയടക്കിയിരുന്ന അവർ അഹങ്കാരികളും താന്തോന്നികളുമായിരുന്നു. ആണും പെണ്ണും കുടിച്ച് മത്തരായിരുന്നു. അവരുടെ കണ്ണുകളിൽ കാമം കത്തിനിന്നിരുന്നു. അവർ ആടിയും പാടിയും വീട്ടുകാരുടെ സ്വൈരം കെടുത്തി. ആരോ തടഞ്ഞപ്പോൾ സെയിഫുദ്ദീൻ ക്ഷണിച്ചിട്ട് വന്നതാണെന്ന്

പറഞ്ഞ് അവർ വഴക്കിന് ചെന്നു, നിവൃത്തിയില്ലാതായപ്പോൾ സെയിഫുദ്ദീനെയും കൂട്ടരെയും ഇറക്കിവിടാൻ തന്നെ കരപ്രമാണിമാർ തീരുമാനിച്ചു. വടിയും വാളുമായി മെഹജബും കൂട്ടരും അവരെ അടിച്ചോടിച്ചു. നാട്ടുകാർ മുഴുവൻ അയാളുടെ ശത്രുക്കളാവുകയും ചെയ്തു.

പക്ഷേ, ഹനീൻ സംഭവത്തോടെ സെയിഫുദ്ദീനിൽ വിശ്വസിക്കാനാവാത്ത മാറ്റങ്ങൾ കണ്ടുതുടങ്ങി. ഒരു ദിവസം പുലർച്ചേ സുബഹി നിസ്കരിച്ചുകൊണ്ടിരുന്ന ഉമ്മയുടെ മടിയിൽ വീണ് അയാൾ കരയാൻ തുടങ്ങി. അതു വിശ്വസിക്കാൻ കഴിയാതെ ജനങ്ങൾ കുഴങ്ങുന്ന സമയത്താണ് മറ്റൊരു വാർത്ത പരന്നത്. അയാൾ കാരണവന്മാരെയും മറ്റു ബന്ധുക്കളെയും വിളിച്ചുകൂട്ടി സകലതെറ്റുകൾക്കും മാപ്പിരന്നിരിക്കുന്നു. മാത്രമല്ല അയാളുടെ സ്വത്തുക്കൾ നടത്തിപ്പിനായി കാരണവരെ ഏൽപ്പിക്കുകയും ചെയ്തിരിക്കുന്നു. അയാൾ ബാധ്യതകൾ ഏറ്റെടുക്കാൻ പ്രാപ്തനാകുമ്പോൾ തിരിച്ചുനൽകണമെന്ന കരാറിൽ.

സെയിഫുദ്ദീൻ പള്ളി പുതുക്കിപ്പണിയാൻ പോകുന്നു എന്ന വാർത്തയാണ് ജനങ്ങളെ കൂടുതൽ ഞെട്ടിച്ചത്. അയാൾ താടിയും മുടിയും വടിച്ച് നല്ല വസ്ത്രങ്ങൾ ധരിച്ചുതുടങ്ങി. പള്ളിയിലും പോയിത്തുടങ്ങി. എല്ലാ വെള്ളിയാഴ്ചയും ജുമുഅ നമസ്കാരത്തിനുശേഷം പള്ളിയിലെ ഇമാം ജനങ്ങൾക്ക് നല്ലകാര്യങ്ങൾ പറഞ്ഞുകൊടുക്കുക പതിവാണ്. മക്കൾ മാതാപിതാക്കന്മാരെ ആദരിക്കേണ്ടതിനെക്കുറിച്ചും അവരുടെ കടമകളെക്കുറിച്ചും പറഞ്ഞപ്പോൾ സെയിഫുദ്ദീൻ കുറ്റബോധത്താൽ ഉറക്കെ കരഞ്ഞു. പള്ളിയിൽ നിന്നിറങ്ങിയതും അയാൾ ഞൊണ്ടി മൂസയെ ചെന്നുകണ്ട് മാപ്പപേക്ഷിക്കുകയും അയാളെ വീട്ടിലേക്ക് കൂട്ടിക്കൊണ്ടുപോവുകയും ചെയ്തു. സെയിഫുദ്ദീന്റെ ചെയ്തികളെക്കുറിച്ച് പറയാനേ അക്കാലത്ത് നാട്ടുകാർക്ക് നേരമുണ്ടായിരുന്നുള്ളൂ. അയാൾ മദ്യപാനം ഉപേക്ഷിച്ചത്, ചീത്ത കൂട്ടുകെട്ടുകൾ അവസാനിപ്പിച്ചത്, നിത്യവും പള്ളിയിൽ ചെന്നത്, ബാപ്പയുടെ കച്ചവടക്കാര്യങ്ങൾ ഏറ്റെടുത്ത് നടത്താൻ തുടങ്ങിയത്, മുറപ്പെണ്ണുമായി കല്യാണമുറപ്പിച്ചത്... അങ്ങനെയങ്ങനെ ചൂടുള്ള വാർത്തകൾ.

അയാൾ ഹജ്ജിന് പോകാൻ തീരുമാനിച്ച വിവരവും പരന്നു. ഹനീന്റെ അത്ഭുതസിദ്ധികളിൽ അപാരവിശ്വാസമുള്ള അബ്ദുൽ ഹഫീസ് ഓരോ വാർത്ത കേൾക്കുമ്പോഴും ഓടിച്ചെന്ന് മെഹജമിനോട് പറയും.

"ചങ്ങാതീ, ദിവ്യാത്ഭുതം തന്നെ സംശയമില്ല."

ഹനീനെപ്പോലുള്ളവരുടെ കഴിവിൽ അത്ര വിശ്വാസമില്ലാത്ത മെഹജബ് അത്ഭുതപ്പെട്ടു.

"എന്ത്... സെയിഫുദ്ദീൻ തീർഥയാത്രക്കിറങ്ങുകയോ? നേരാണോ ചങ്ങാതീ? എനിക്ക് വിശ്വാസം വരുന്നില്ല. ലോകമവസാനിക്കാറായോ?"

സെയിഫുദ്ദീൻ ആളുകളെ പറ്റിക്കാൻ നോക്കുകയാണെന്നായിരുന്നു ആദ്യം മെഹജബ് കരുതിയത്. അവസാനം അയാളുടെ അഭിപ്രായവും മാറി. പക്ഷേ, ചില ദിവസങ്ങളിൽ സെയിഫുദ്ദീനെക്കുറിച്ചുള്ള വാർത്ത

കളുമായി എത്തുന്നവരോട് ഒന്നും പറയാതെ വായും പൂട്ടി ഇരിക്കുകയാണ് അയാളുടെ പതിവ്.

സെയിഫുദ്ദീന്റെ അത്ഭുതകരമായ പരിണാമംപോലെ മറ്റു ചില വിചിത്ര സംഭവങ്ങളും ആ വർഷം ആ ഗ്രാമത്തിൽ സംഭവിച്ചു. അത്ഭുതകങ്ങൾക്കുമേൽ അത്ഭുതം. എല്ലാം ഹനീന്റെ അനുഗ്രഹം തന്നെയാണെന്ന് വിശ്വസിക്കാൻ മതഭക്തനല്ലാത്ത മെഹജബ്പോലും നിർബന്ധിതനായി. അന്ന് സയ്യീദിന്റെ പീടികയുടെ മുന്നിൽ വച്ച് ദൈവം നിങ്ങളെ അനുഗ്രഹിക്കട്ടെ എന്നുപറഞ്ഞതിന് മെഹജബും സാക്ഷിയായിരുന്നല്ലോ. അപ്പോൾ സൂര്യൻ അസ്തമിക്കാറായിരുന്നു. പള്ളിയിലെ ഖാസി മഗ്‌രിബ്ബാങ്കു കൊടുക്കാൻ ഒരുങ്ങുകയായിരുന്നു. പ്രാർഥനകൾക്ക് ഉത്തരംകിട്ടുന്ന സമയം. അനുഗ്രഹിക്കുന്നതാണെങ്കിൽ പണ്ഡിതനും ഭക്തനുമായ ഹനീൻ. ജനങ്ങൾ നമസ്കാരത്തിനായി പള്ളിയിൽ ഒത്തുകൂടിയ നേരം, ഒച്ചയും അനക്കവുമില്ല. ഇളം കാറ്റുമാത്രം പതുക്കെ വീശി. അന്നവിടെ സാക്ഷികളായി ഉണ്ടായിരുന്ന എട്ടുപേരും മറ്റു നാട്ടുകാരും ആ രാത്രി എന്നും ഓർക്കുമായിരുന്നു. ഇരുട്ട് കുറേശ്ശെയായി ഗ്രാമത്തെ വിഴുങ്ങിക്കൊണ്ടിരുന്നു. വീടുകളുടെ ജനലുകളിൽക്കൂടി തെറിച്ചുവീഴുന്ന നുറുങ്ങുവെളിച്ചം അവിടവിടെ കാണാം. സയ്യീദിന്റെ കട അപ്പോഴും വെളിച്ചത്തിൽ മുങ്ങിക്കുളിച്ചിരുന്നു. ഗ്രീഷ്മം ശരത്കാലത്തിന് വഴിമാറിക്കൊടുത്തുകൊണ്ടിരുന്ന സമയം. അന്നത്തെ രാത്രിയിൽ പതിവുള്ള പുഴുക്കം ഒട്ടുമില്ലായിരുന്നു. സയ്യീദിനും ഇന്നും എല്ലാം ഓർമയുണ്ട്. അയാൾ സെയിഫുദ്ദീനുവേണ്ടി പഞ്ചസാര തൂക്കുകയായിരുന്നു. പെട്ടെന്നാണ് ബഹളം കേട്ടത്. അയാൾ ത്രാസ് താഴെയിട്ട് ഓടിച്ചെന്ന് സെയിഫുദ്ദീനേയും സൈനിനേയും പിടിച്ചുമാറ്റാൻ ശ്രമിക്കുന്നതിനിടയിൽ തണുത്ത കാറ്റ് മുഖത്തേക്കടിച്ചു. മഗ്‌രിബ് നമസ്കാരത്തിനായി പള്ളിയിൽ കൂടിയിരുന്നതിനാൽ നാട്ടുകാരിൽ പലരും സംഭവം അറിഞ്ഞതേയില്ല. പള്ളിയിലെ ഇമാം അപ്പോൾ മറിയത്തെക്കുറിച്ചുള്ള അധ്യായം വായിക്കുകയായിരുന്നു. "ഈന്തപ്പനച്ചില്ലകൾ പിടിച്ചുകുലുക്കിയപ്പോൾ ഈന്തപ്പഴം തുരുതുരെ വീണുകൊണ്ടിരുന്നു..." എന്ന സൂക്തമാണ് ഇമാം വായിച്ചുകൊണ്ടിരുന്നതെന്ന് നമിയയുടെ ബാപ്പ തറപ്പിച്ചുപറയുന്നു. അദ്ദേഹം കള്ളം പറയാറില്ല. ഒരു നേരത്തെ നിസ്കാരം ഒഴിയാറുമില്ല. തികഞ്ഞ ഭക്തൻ. ഭാവനയുടെ നിറംചേർത്ത് കാര്യങ്ങൾ പെരുപ്പിച്ച് പറയുന്ന ആളാണ് ഹമദ് വദ് റയീസ്. ചക്രവാളത്തിൽനിന്നും ഒരു വാൽനക്ഷത്രം പള്ളിപ്പറമ്പിൽ പതിച്ചിരുന്നു എന്നാണ് അയാൾ പറയുന്നത്. പക്ഷേ, അതാരും കാര്യമായി എടുത്തിട്ടില്ല. "ദൈവം നിങ്ങളെ അനുഗ്രഹിക്കട്ടെ" എന്നു ഹനീൻ കൈ ഉയർത്തി പ്രാർഥിച്ചപ്പോൾ തങ്ങൾ "ആമീൻ" വിളിച്ചിരുന്നു എന്ന് അവിടെ ഉണ്ടായിരുന്ന എട്ടുപേരും ഒരേസ്വരത്തിൽ പറയുന്നു.

അതിനുശേഷം നാട്ടിലുണ്ടായ അതിശയങ്ങൾക്കു കണക്കില്ല. അതുവരെ ഉണ്ടാകാത്ത പലതും ഉണ്ടായി. ഹനീന്റെ കാലം എന്നാണ് നാട്ടു

കാർ അക്കാലത്തെക്കുറിച്ച് പറയുന്നത്. പരുത്തിക്ക് മുമ്പെങ്ങുമില്ലാത്ത വിലക്കയറ്റം ആ വർഷം ഉണ്ടായി. ചരിത്രത്തിലാദ്യമായി പരുത്തികൃഷി ചെയ്യാൻ സർക്കാർ ജനങ്ങളെ അനുവദിച്ചു. അതിനുമുമ്പ് ചില നിശ്ചിത സ്ഥലങ്ങളിൽ മാത്രമേ പരുത്തികൃഷി അനുവദിച്ചിരുന്നുള്ളൂ. ലക്ഷക്കണക്കിന് രൂപയാണ് മെഹജബ് അക്കൊല്ലം പരുത്തിവിറ്റ് സമ്പാദിച്ചത്. യുദ്ധമോ മറ്റു അക്രമസംഭവങ്ങളോ ഒന്നും നടന്നതായി അറിവില്ലെങ്കിലും മരുഭൂമിയിൽ ഒരു ആർമി ക്യാമ്പ് സ്ഥാപിച്ചു. പട്ടാളക്കാർക്ക് പാല്, പച്ചക്കറി, പഴങ്ങൾ തുടങ്ങിയ അവശ്യസാധനങ്ങൾ വിതരണം ചെയ്തിരുന്നത് ആ നാട്ടുകാരായിരുന്നു. അതുകാരണം കാർഷിക വസ്തുക്കളുടെ വില ഇരട്ടിച്ചു. ഈന്തപ്പഴത്തിനുവരെ തീവിലയായി. ആ നാട്ടിലെ ജനങ്ങൾക്കു സർക്കാരിനെക്കുറിച്ച് അതുവരെ വലിയ മതിപ്പൊന്നുമുണ്ടായിരുന്നില്ല. പെട്ടെന്നാണ് സർക്കാരിന് ആ നാട്ടുകാരോടുള്ള താൽപ്പര്യം വർധിച്ചത്. അഞ്ഞൂറ് കിടക്കകളുള്ള വലിയൊരാശുപത്രി, ഒരു പ്രൈമറി വിദ്യാലയം, കാർഷിക വിദ്യാലയം തുടങ്ങിയവയും അവിടെ പണിയുവാനുള്ള തീരുമാനം ആരുടെയും സമ്മർദമില്ലാതെതന്നെ ഉണ്ടായി. അതോടെ ഒരുപാടാളുകൾക്ക് തൊഴിൽ ലഭിച്ചു. നിർമാണസാമഗ്രികളുടെ വില കുത്തനെ കയറി. ആൺകുട്ടികൾക്ക് പഠിക്കാനുള്ള അവസരം കിട്ടി. 'മെരുങ്ങാത്ത കഴുത' എന്ന് അവർ വിശേഷിപ്പിച്ച സർക്കാർ വീണ്ടും വീണ്ടും അവരിൽ അനുഗ്രഹം ചൊരിഞ്ഞുകൊണ്ടിരുന്നു. ഹനീൻ മരിച്ചു രണ്ടുമാസം തികയുംമുമ്പേ ആ നാട്ടിലെ കൃഷിയിടങ്ങൾ ഒന്നിച്ചുചേർത്ത് സർക്കാരിന്റെ ചെലവിൽ കൃഷിയിറക്കാനുള്ള ഒരു കൂട്ടുകൃഷി പദ്ധതിയും തയാറായി. സർവേയർമാരും സൂപ്പർവൈസർമാരും എഞ്ചിനീയർമാരും പാടത്ത് പാഞ്ഞുനടന്നു. നാടുണർന്നു. സർക്കാർ ഉത്തരവു വന്നതോടെ ഒന്നിനും താമസമുണ്ടായില്ല. ജോലികൾ തകൃതിയിൽ നടന്നു. അതുവരെ അനക്കമറ്റുകിടന്ന നൈൽ നദീതീരത്ത് അങ്ങിങ്ങ് ചെങ്കല്ലുകൊണ്ടുള്ള കെട്ടിടങ്ങൾ പൊങ്ങി. അവയുടെ നിഴലുകൾ നൈൽ നദിയിൽ പ്രതിഫലിച്ചു. ഏറെത്താമസിയാതെ തന്നെ നൈൽ നദിയിൽ വെള്ളം പമ്പുചെയ്യുവാനുള്ള യന്ത്രവും സ്ഥാപിച്ചു. മനുഷ്യൻ ചായ മൊത്തിക്കുടിക്കുന്നതുപോലെ ആ യന്ത്രം നദിയിലെ വെള്ളം മൊത്തിയെടുത്ത് കരയിലേക്ക് തുപ്പി. വെള്ളം ചാലുകളായി ഒഴുകി പാടത്തെത്തി. കാലങ്ങളോളം ഈർപ്പംകിട്ടാതെ വരണ്ടുകിടന്നിരുന്ന ഭൂമി വെള്ളം കിട്ടിയപ്പോൾ പുഷ്പിണിയായി. എങ്ങും പച്ചപ്പ്. ഇതിന്റെയെല്ലാം ഉറവിടം എന്താണെന്ന് മെഹജബിന് തികച്ചും ബോധമുണ്ടായിരുന്നു. കാറ്റിലാടുന്ന പഴുത്തുവിളഞ്ഞ ഗോതമ്പുചെടികൾ നോക്കി അയാൾ മന്ത്രിച്ചു.

"അതേ ചങ്ങാതി അത്ഭുതം സംഭവിച്ചിരിക്കുന്നു. സംശയമില്ല."

ആറ്

സൈനിന്റെ വിവാഹക്കാര്യം ഹെഡ്മാസ്റ്ററെ അറിയിച്ചശേഷം തുഫേരി എന്ന കുട്ടി സമാധാനത്തോടെ കസേരയിലിരുന്നു. തരംകിട്ടിയാൽ എഴുന്നേറ്റ് ഓടാനുള്ള ഒരു ഭാവമായിരുന്നു അവന്. ചുറ്റും നോക്കിയിട്ട് ഒരു കുസൃതിച്ചിരിയോടെ വലതുവശത്തിരിക്കുന്ന ചങ്ങാതിയോട് അവൻ പറഞ്ഞു.

"ഇന്ന് ജ്യോഗ്രഫിക്ലാസ് ഉണ്ടാകുമെന്നുതോന്നുന്നില്ല കേട്ടോ. ഹെഡ്മാസ്റ്റർക്ക് ഇന്ന് ക്ലാസെടുക്കാൻ സാധിക്കില്ലെന്ന് തീർച്ചയാണ്."

നേരത്തെ തൂഫേരി പറഞ്ഞതുകേട്ട് അമ്പരന്ന ഹെഡ്മാസ്റ്റർ ക്ലാസിലെത്തി താക്കീതു ചെയ്തു.

"ഞാൻ അത്യാവശ്യമായി ഒരിടംവരെ പോകുകയാണ്. എല്ലാവരും അടങ്ങിയിരുന്ന് പാഠം വായിച്ചുപഠിക്ക്. ബഹളമുണ്ടാക്കിയാൽ എല്ല് ഞാനൂരും."

ഹെഡ്മാസ്റ്റർ ഗേറ്റുകടന്നതും തൂഫേരിയും എണീറ്റോരോട്ടമായിരുന്നു. തിരക്കിട്ടു നടന്നതുകാരണം അമ്പത്തിരണ്ടുകാരനായ ഹെഡ്മാസ്റ്റർ വല്ലാതെ കിതയ്ക്കുന്നുണ്ടായിരുന്നു. ഷെയിക്ക് അലിയുടെ കടയിലെത്തിയപ്പോഴേക്ക് അയാൾ തികച്ചും അവശനായിരുന്നു. തൊണ്ട വരണ്ടു. ഷെയിക്ക് അലിയുടെ കട മാസ്റ്ററുടെ ഇഷ്ട താവളമാണ്. അയാളുടെ ഇഷ്ടതോഴനായ അബ്ദുൽ സമദിനെക്കൂടി അവിടെ കണ്ടതോടെ മുഖം തെളിഞ്ഞു. അബ്ദുൽ സമദില്ലാതെ എന്തു തമാശ? കടയിൽ എത്തുന്നതിനു മുമ്പേ അയാൾ വിളിച്ചുകൂവാൻ തുടങ്ങി.

"ഷെയിക്ക് അലീ ഇക്കൊല്ലം അത്ഭുതങ്ങൾക്ക് അവസാനമില്ലെന്നോ? കഥ കേട്ടില്ലേ?"

പറഞ്ഞുതീർന്നതും അയാൾ തന്റെ പ്രിയപ്പെട്ട ഇരിപ്പിടമായ ചാരുകസേരയിലേക്ക് ചാഞ്ഞു.

ചൂടുള്ള കാപ്പിയിൽനിന്ന് ഇഞ്ചിയുടെയും ഏലക്കായുടെയും സുഗന്ധം നാലുപാടും പരന്നു. ഷെയിക്ക് അലി നീട്ടിയ കാപ്പിക്കോപ്പ ചുണ്ടോടടുപ്പിച്ചിട്ട് അയാൾ ചോദിച്ചു.

"കേട്ടത് നേരാണോ?"

"വെപ്രാളപ്പെടാതെ കാപ്പി കുടിക്ക്. തണുത്തുപോകും."

അബ്ദുൽ സമദ് ഉറക്കെച്ചിരിച്ചു.

ഹുക്ക വലിച്ചുകൊണ്ടിരുന്ന ഷെയിക്ക് അലി ചോദിച്ചു.

"സൈനിന്റെ വിവാഹക്കാര്യമാണോ? സത്യമാണ് ചങ്ങാതീ, നൂറു ശതമാനം സത്യം."

ചായ വലിച്ചുകുടിച്ച് കപ്പ് മുന്നിലെ ടീപ്പോയിയിൽ വച്ചിട്ട് ഹെഡ്മാസ്റ്റർ ഒരു സിഗരറ്റ് തീ കൊളുത്തി ആഞ്ഞൊന്നു വലിച്ചു.

"വിചിത്രമായൊരു വർഷംതന്നെ, അല്ലേ മിത്രമേ?"

ഹെഡ്മാസ്റ്റർ മറ്റു ഗ്രാമീണരെപ്പോലെ 'ചങ്ങാതീ', 'എടോ' എന്നൊന്നും സ്നേഹിതരെ വിളിക്കാറില്ല. അല്ലയോ പ്രിയ മിത്രമേ എന്നേ പറയൂ.

"വാസ്തവംതന്നെ കേട്ടോ."

അബ്ദുൽ സമദ് അതിനോട് യോജിച്ചു.

"എന്തെല്ലാം അത്ഭുതങ്ങളാണ് സംഭവിക്കുന്നത്! പ്രസവിക്കാത്ത മച്ചികൾ പ്രസവിക്കുന്നു. ആടും പശുവും ഒരു പ്രസവത്തിൽ രണ്ടും മൂന്നും കുട്ടികളെയല്ലേ പ്രസവിക്കുന്നത്. ഇല കാണാത്തവിധം ഈന്തപ്പനകൾ കായ്ക്കുന്നു. മാത്രമോ മഞ്ഞു പൊഴിയാനും തുടങ്ങിയിരിക്കുന്നു. ഇനിയും എന്തൊക്കെയാണാവോ നടക്കാൻ പോകുന്നത്?"

ഹാജി അലിയുടെ വാക്കുകളിൽ വിസ്മയം. ഹെഡ്മാസ്റ്റർ തലകുലുക്കി അതിനോട് യോജിച്ചു. മഞ്ഞുപൊഴിയുന്നതിനെക്കുറിച്ചായിരുന്നു അബ്ദുൽ സമദിന് ആശ്ചര്യം. ഭൂമിശാസ്ത്രം മനഃപാഠമാക്കിയ ഹെഡ്മാസ്റ്റർക്ക് മഞ്ഞുപൊഴിയുന്ന കാര്യം വിവരിക്കാൻ വാക്കുകളില്ല.

"ഇതിനേക്കാളൊക്കെ കേമപ്പെട്ട അതിശയം സൈനിന്റെ വിവാഹം തന്നെ. സംശയമില്ല."

ഹെഡ്മാസ്റ്റർ പതിവുള്ള സാഹിത്യഭാഷയിൽ പറഞ്ഞു.

"വിശ്വസിക്കാൻ കഴിയണില്ലാട്ടോ." ഷെയിക്ക് അലി.

ഷെയിക്ക് അലിക്കും അബ്ദുൽ സമദിനും ഹെഡ്മാസ്റ്ററുടെ മുന്നിൽ ആളാകാൻ വലിയ താൽപ്പര്യമാണ്.

"ഹനീന്റെ വാക്കുകൾ പാഴായില്ല. ഈ നാട്ടിലെ ഏറ്റവും നല്ല കുട്ടിയെ നീ വിവാഹം കഴിക്കുമെന്നല്ലേ പറഞ്ഞത്."

അബ്ദുൽ സമദ്.

"വാസ്തവം. നാട്ടിലെ എണ്ണപ്പെട്ട സുന്ദരി. എന്തു നല്ല പെരുമാറ്റം. എന്തു വിനയം. എത്ര പണം. നിങ്ങൾക്ക് അവളിലൊരു കണ്ണുണ്ടായിരുന്നു അല്ലേ? അതോ അവളുടെ ബാപ്പയുടെ സ്വത്തിലായിരുന്നോ?"

അബ്ദുൽ സമദ് ഹെഡ്മാസ്റ്ററെ ഒന്ന് പ്രകോപിപ്പിച്ചു.

“ഞാൻ കണ്ണുവെച്ചെന്നോ. നാണംകെട്ട കാര്യങ്ങൾ പറയല്ലേ മിത്രമേ. അവൾക്കെന്റെ മകളുടെ പ്രായമല്ലേ ഉള്ളൂ.”

ഹെഡ്മാസ്റ്റർ അരിശപ്പെട്ടു.

“പെൺമക്കളുടെ കാര്യം വിട് ചങ്ങാതീ. ആണുങ്ങൾക്ക് പ്രായമെന്നൊന്നുണ്ടോ? പതിനാല് തികഞ്ഞ ഒരു പെണ്ണിനെ നിങ്ങളെപ്പോലെ അറുപത് കഴിഞ്ഞ ഒരാൾ മോഹിക്കുന്നത് മഹാപാതകമൊന്നുമല്ല.”

ഷെയിക്ക് അലി പരിഹസിച്ചു.

“നാണംകെട്ട കാര്യങ്ങൾ വിളിച്ചുകൂവല്ലേ. അവനവന്റെ പ്രായത്തെയെങ്കിലും മാനിക്ക്. എനിക്ക് അമ്പത് കഴിഞ്ഞെങ്കിലും നിങ്ങളെ രണ്ടാളേക്കാളും ഇളയതാണ്.”

അബ്ദുൽ സമദ് പതിവ് വിടലച്ചിരിയോടെ തുടർന്നു.

“പ്രായത്തെക്കുറിച്ച് ഏറെയൊന്നും പറയണ്ട കേട്ടോ. തൽക്കാലം നമുക്ക് സൈനിന്റെ കല്യാണത്തെക്കുറിച്ചു പറയാം.”

“ഇബ്രാഹിം ഹാജി ഇതെങ്ങനെ സമ്മതിച്ചു എന്നാണ് മനസിലാകാത്തത്. നയിമയെപ്പോലൊരു സുന്ദരിയെ സൈനിനെപ്പോലൊരു പടുവിഡ്ഢിക്ക് വിവാഹം കഴിച്ച് കൊടുക്കുകയോ?”

ഹെഡ്മാസ്റ്റർ വിഷണ്ണനായി പറഞ്ഞു.

“സൈനിനെക്കുറിച്ചു പറയുമ്പോൾ സൂക്ഷിക്കണം മാഷെ. അവൻ അനുഗ്രഹിക്കപ്പെട്ടവനാണ്. മാത്രമല്ല ഹനീന്റെ പുണ്യശിഷ്യനും.”

അബ്ദുൽ സമദിന്റെ വാക്കുകളിൽ ഭക്തി.

“അദ്ദേഹം കാരണമാണ് ഇന്നീ കാണുന്ന ഐശ്വര്യമൊക്കെ നമ്മുടെ നാടിനുണ്ടായത്. അദ്ദേഹത്തിന്റെ ആഖിറം അള്ളാഹു വെളിവാക്കിക്കൊടുക്കട്ടെ.”

ഷെയിക്ക് അലി ഭക്തിപൂർവം പറഞ്ഞു.

“എല്ലാം സൈൻ കാരണമാണെന്ന് മറക്കണ്ട.”

അബ്ദുൽ സമദ്.

“പ്രിയ മിത്രമേ, അത്ഭുതങ്ങളെക്കുറിച്ച് മറക്കാം. സൈനിന്റെ കാര്യം പറയാം.”

“പൊട്ടനായാലും വിഡ്ഢിയായാലും പുരുഷൻ പുരുഷൻ തന്നെ. സ്ത്രീ സ്ത്രീയും.”

ഷെയിക്ക് അലി ഇടയിൽ കയറി പറഞ്ഞു.

“ആ കുട്ടി അവന്റെ മുറപ്പെണ്ണാണ് കേട്ടോ.”

ഷെയിക്ക് അലി ഓർമിപ്പിച്ചു.

ഹെഡ്മാസ്റ്റർക്ക് ഉത്തരം മുട്ടി. മുറപ്പെണ്ണിനെ വിവാഹം കഴിക്കുക എന്നത് നാട്ടുനടപ്പാണ്. കാലാകാലങ്ങളായുള്ള പതിവുമാണ്. എങ്കിലും ഉള്ളിലൊരു വിങ്ങൽ. ഇബ്രാഹിം ഹാജിയോട് നയിമയുടെ കാര്യം സംസാരിച്ചത് ഇവരോട് പറയാതിരുന്നത് നന്നായെന്ന് ഹെഡ്മാസ്റ്റർക്ക് തോന്നി. അറിഞ്ഞിരുന്നെങ്കിൽ ഇവർ പരിഹസിച്ചു കൊന്നേനെ. അഞ്ചാമത്തെ കപ്പ് കാപ്പി കുടിച്ചിട്ടും തലവേദന കുറഞ്ഞില്ല. ആകെ ഒരസ്വസ്ഥത. അയാളുടെ മകളെക്കാൾ പ്രായംകുറഞ്ഞ ഒരു പെൺകുട്ടിയെ

വിവാഹമാലോചിക്കാൻ അയാൾക്കെങ്ങനെ തോന്നി? ഇപ്പോഴും പിടി കിട്ടുന്നില്ല. ഒരിക്കൽ അയാളുടെ വീട്ടിൽ നിന്നിറങ്ങിവരുമ്പോഴാണ് അവളെ അടുത്തുകാണാൻ അവസരം കിട്ടിയത്. ഒരു വെളുത്ത അങ്കിയായിരുന്നു അപ്പോൾ അവൾ അണിഞ്ഞിരുന്നത്. അവളിൽ ആകൃഷ്ടനായ അയാൾ അവളോട് കുശലം ചോദിച്ചപ്പോൾ തൊണ്ട വിറച്ചു.

"നീ ഇബ്രാഹിം ഹാജിയുടെ മകൾ നയിമയല്ലേ.?"

വെറുതേ ചോദിച്ചു.

"അതെ."

മറുപടി പെട്ടെന്ന് വന്നു.

എന്തെങ്കിലുമൊക്കെ ചോദിച്ച് അവളെ കുറച്ചുനേരം തടഞ്ഞു നിർത്തണമെന്ന മോഹം കലശലായി.

"നിന്റെ സഹോദരൻ അഹമ്മദിന് സുഖമല്ലേ?"

അഹമ്മദിനെ മാസ്റ്റർ പഠിപ്പിച്ചിട്ടുണ്ട്.

"സുഖമാണ്."

എന്നുപറഞ്ഞിട്ട് അവൾ നടന്നകന്നു.

ഉള്ളിൽ നിന്ന് എന്തോ അടർന്നുവീണതുപോലെ തോന്നി മാസ്റ്റർക്ക്. രാത്രിയിൽ ഉറക്കമില്ലാതായി. വെറുതെ കുശലം അന്വേഷിക്കാനെന്ന മട്ടിലാണ് ചെന്നത്. ഭാഗ്യത്തിന് ഹാജി വീട്ടിലുണ്ടായിരുന്നു. നാട്ടുകാര്യങ്ങളും ഗോതമ്പിന്റെ വിലക്കയറ്റവുമൊക്കെ പറയുന്നതിനിടയിൽ പെട്ടെന്നാണ് വിഷയത്തിലേക്ക് കടന്നത്.

ആദ്യം ഹാജി അൽപ്പമൊന്ന് അമ്പരന്നു. അതോ നാട്യമായിരുന്നോ? പിന്നെ സംശയത്തോടെ ചോദിച്ചു.

"നയിമയെ ആർക്കുവേണ്ടിയാ നിങ്ങൾ ചോദിച്ചത്?"

"ആർക്കെന്നോ? എനിക്കുതന്നെ."

ഉറക്കെത്തന്നെയാണ് ഹെഡ്മാസ്റ്റർ അതു പറഞ്ഞത്.

ഒരു കഠാരി മാറിൽ കുത്തിയിറക്കിയ മാതിരിയാണ് ഹാജിക്ക് തോന്നിയത്.

"നിങ്ങൾക്കോ?"

ഹെഡ്മാസ്റ്റർ എന്തോ തെറ്റുചെയ്ത മട്ടിലാണ് ഹാജി അത് ചോദിച്ചത്. ഹെഡ്മാസ്റ്ററെ അപമാനിച്ചതായി തോന്നേണ്ട എന്നു കരുതിയായിരിക്കണം അയാൾ സംസാരരീതി പെട്ടെന്നു മാറ്റിയത്. ഹെഡ്മാസ്റ്ററുടെ ആലോചന ഒരു ബഹുമതിയായി താൻ കരുതുന്നുവെന്നും പക്ഷേ, പ്രായത്തിൽ എമ്പാടും വ്യത്യാസമുള്ളതുകൊണ്ട് അവളുടെ സഹോദരന്മാരോടുകൂടി ഒന്നാലോചിക്കേണ്ടിയിരിക്കുന്നുവെന്നും പറഞ്ഞ് രംഗം മയപ്പെടുത്തി. ഇക്കാര്യം നാട്ടുകാരുടെ ചെവിയിലെത്തിച്ച് തന്നെ അപമാനിക്കരുതെന്ന ഒരപേക്ഷ മാത്രമേ ഹെഡ്മാസ്റ്റർക്ക് ഉണ്ടായിരുന്നുള്ളൂ.

"ഇക്കാര്യം ഇരുചെവി അറിയരുത്." എന്ന ഹെഡ്മാസ്റ്ററുടെ അപേക്ഷ ഇബ്രാഹിം ഹാജി തള്ളിയില്ല. അയാൾ ഇക്കാര്യത്തെക്കുറിച്ച് ആരോടും പറഞ്ഞില്ല. ഹെഡ്മാസ്റ്ററുടെ മനസിൽ ആ മുറിവ് ഉണങ്ങാതെ കിടന്നു. നയിമയെ സൈനിന് വിവാഹം കഴിച്ചുകൊടുക്കാൻ പോകുന്നു

എന്നു കേട്ടപ്പോൾ ആ മുറിവിൽ ഉപ്പുതേച്ചതുപോലെയാണ് അയാൾക്ക് തോന്നിയത്.

"നിങ്ങളെ ഇവിടെ എല്ലാവരും ആദരിക്കുന്നുവെന്നറിയാമല്ലോ. നിങ്ങൾക്ക് പെണ്ണിനെ തരാൻ ആരാ തയാറാകാത്തത്? വിവാഹമോചിതരോ വിധവകളോ ആയ സ്ത്രീകൾ നിങ്ങളെ രണ്ടുകൈയും നീട്ടി സ്വീകരിക്കുമായിരുന്നല്ലോ" എന്ന് അബ്ദുൾ സമദ് പറഞ്ഞതുകേട്ടപ്പോൾ ഹെഡ്മാസ്റ്റർ വല്ലാതെ കുടുക്കിലായി. ഉള്ളിലെ സമ്മർദം കാരണം വല്ലാതെ ക്ഷോഭിക്കുകയും ചെയ്തു.

"നിങ്ങൾക്കെന്താ ഭ്രാന്തുണ്ടോ? തമാശയെന്താ കാര്യമെന്താ എന്നുള്ള വകതിരിവുപോലുമില്ലാതെയല്ലേ ഓരോന്നു പറയുന്നത്. കറുപ്പും വെളുപ്പും തിരിച്ചറിയാത്ത ഒരുത്തന്റെ കൂടെ ആ പെൺകുട്ടി എങ്ങനെ കഴിയുമെന്ന് ഓർത്തുമാത്രമാണ് എനിക്ക് വിഷമം. അപ്പോഴാണ് നിങ്ങൾ വൃദ്ധകന്യകകളെക്കുറിച്ചു പറയുന്നത്. വല്ലാത്തൊരു വിചിത്ര ജീവിതന്നെയാണല്ലോ നിങ്ങൾ."

ഹെഡ്മാസ്റ്ററെ ശുണ്ഠിപിടിപ്പിക്കാൻ കഴിഞ്ഞതിൽ അബ്ദുൽ സമദിന് സന്തോഷം തോന്നി. ഇത്തരം സന്ദർഭങ്ങൾ എപ്പോഴും ശരിയായ രീതിയിൽ മുതലെടുക്കാൻ അയാൾ മറക്കാറില്ല. ഹെഡ്മാസ്റ്ററെ ചൂടാക്കാൻ വേണ്ടിത്തന്നെയാണ് വിധവകളുടെയും വിവാഹമോചിതരുടെയും കാര്യം പറഞ്ഞത്.

"ആദരണീയനായ ഈ ഹെഡ്മാസ്റ്റർ അയാളുടെ മക്കളുടെ ഉമ്മ ജീവിച്ചിരിക്കുമ്പോൾ രണ്ടാം വിവാഹത്തെക്കുറിച്ച് ആലോചിച്ചെന്നാണോ നിങ്ങൾ പറയുന്നത്? എങ്കിൽ നിങ്ങൾ വിചിത്രജീവിതന്നെയാണ് കേട്ടോ."

ഷെയിക്ക് അലി എരിയുന്ന തീയിൽ എണ്ണ ഒഴിച്ച് ആളിക്കത്തിക്കാൻ ശ്രമം നടത്തി. രണ്ടാംവിവാഹം എന്ന് ഷെയിക്ക് അലി ഇംഗ്ലീഷിലായിരുന്നു പറഞ്ഞത്. അതുകൊണ്ട് അബ്ദുൽ സമദ് പരിഹസിച്ചു.

"ഇക്കൊല്ലം അത്ഭുതങ്ങൾക്ക് അവസാനമില്ലെന്നോ? കണ്ടോ, ഷെയിക്ക് അലിസാഹിബ് വിദേശഭാഷയല്ലേ സംസാരിക്കുന്നത്."

മറ്റുള്ളവരുടെ ശ്രദ്ധ തന്നിൽനിന്നകറ്റാൻവേണ്ടി ഹെഡ്മാസ്റ്റർ എന്തോ ഫലിതം കേട്ടതുപോലെ ഉറക്കെ പൊട്ടിച്ചിരിച്ചു. ഷെയിക്ക് അലിക്ക് അബ്ദുൽ സമദിനെ നന്നായി അറിയാം. അതുപോലെ ഹെഡ്മാസ്റ്ററുടെ ചെയ്തികളെക്കുറിച്ചും നിശ്ചയമുണ്ട്.

അതുകൊണ്ടുതന്നെ അബ്ദുൽ സമദിനെ തീർത്തും അവഗണിച്ചുകൊണ്ട് വീണ്ടും സൈനിന്റെ കല്യാണക്കാര്യം എടുത്തിട്ടു.

"വിവാഹം കഴിക്കുന്നത് പാപമോ തെറ്റോ അല്ലെന്നാണ് നാമിതുവരെ പറഞ്ഞുകൊണ്ടിരുന്നത്. ഒരുത്തന് ബുദ്ധി കുറവാണെന്നുവച്ച് പുരുഷനല്ലാതാകില്ലല്ലോ. അതുപോലെ സുന്ദരിയായ ഷജാറു ദറി ആയാലും പെണ്ണു പെണ്ണുതന്നെ."

പതിമൂന്നാം നൂറ്റാണ്ടിൽ ഈജിപ്ത് അടക്കിവാണ അടിമപ്പെണ്ണായ ഷജാറു ദറിന്റെ പെരെങ്ങനെ ഷെയിക്ക്അലിക്ക് അറിയാൻ കഴിഞ്ഞു

എന്നായിരുന്നു ഹെഡ്മാസ്റ്ററുടെ ചിന്ത. അതിനെക്കുറിച്ചൊന്നും വലിയ അറിവില്ലെങ്കിലും ആ പേര് അബ്ദുൽ സമദിനേയും വല്ലാതെ ആകർഷിച്ചു. ഒപ്പം തന്റെ അറിവുകേടിൽ പോരായ്മ തോന്നുകയും ചെയ്തു. അറിവും വിവേകവുമില്ലാത്ത ചില പുരുഷന്മാർ സുന്ദരികളും ബുദ്ധിമതികളുമായ സ്ത്രീകളെ വിവാഹംചെയ്ത കഥകൾ ഷെയിക്ക് അലി പറയാൻ തുടങ്ങി. കേൾവിക്കാരുടെ മുഖത്തുകണ്ട ആശ്ചര്യവും അഭിനന്ദനവും അയാളെ സന്തോഷിപ്പിക്കുകയും ചെയ്തു. കുത്തയ്യാർ എന്ന കുള്ളനും വിരൂപനുമായ പുരുഷനെ വിവാഹം കഴിച്ച അസ്സ എന്ന സുന്ദരിയുടെ കഥയും അയാൾ പറഞ്ഞു. ഒരു വിരൂപനെ വിവാഹം കഴിച്ചതെന്തിനാണെന്നുള്ള ചോദ്യത്തിന് ഒരു ബദു പെൺകുട്ടി പറഞ്ഞ കാരണം അവരെ കുറച്ചൊന്നുമല്ല രസിപ്പിച്ചത്.

ഇബ്രാഹിമാബ് കുലത്തിലെ ഇബ്രാഹിം അബു ജബ്ബാ എന്ന ആളുടെ കഥ പറഞ്ഞുതുടങ്ങിയപ്പോൾ ഷെയിക്ക് അലി അങ്ങനെയങ്ങ് ആളാകേണ്ടെന്നുകരുതി അബ്ദുൽ സമദ് തടസ്സപ്പെടുത്തി.

"എന്തിന് ഇത്ര ദൂരേക്ക് പോകുന്നു? സയിദ് എന്ന പമ്പരവിഡ്ഢിയുടെ കാര്യം പറഞ്ഞാൽപ്പോരേ? അയാളുടെ കഥ നിങ്ങൾക്കറിയില്ലേ?"

കേട്ടപ്പോൾ ഹെഡ്മാസ്റ്റർക്ക് ചിരി. സയ്യിദ് എന്ന പൊട്ടച്ചാരെ അയാൾക്ക് ഇഷ്ടമാണ്. അയാളുടെ വീട്ടുപണികൾ പലതും ചെയ്തുകൊടുക്കുന്നത് അവനാണ്. അതുകൊണ്ടുതന്നെയാണ് അവനോടിഷ്ടം. വീട്ടുപണിചെയ്തും വിറകുവെട്ടിയും കിട്ടുന്ന പണം അയാൾ സൂക്ഷിക്കാൻ ഏൽപ്പിക്കുന്നത് ഹെഡ്മാസ്റ്ററെയാണ്. വിവാഹക്കാര്യത്തിലും സയ്യിദ് ആദ്യം അഭിപ്രായം ചോദിച്ചത് ഹെഡ്മാസ്റ്ററോടായിരുന്നു. വലിയ ആളായിരുന്നിട്ടും ഹെഡ്മാസ്റ്റർ തന്റെ വിവാഹക്കാര്യത്തിൽ മധ്യസ്ഥം വഹിച്ച കാര്യം അഭിമാനത്തോടെയാണ് സയ്യിദ് പറയാറുള്ളത്. സയ്യിദിന്റെ വിവാഹക്കാര്യം നാട്ടിൽ പാട്ടാണ്. വിവാഹം കഴിഞ്ഞ് കൊല്ലം ഒന്നു കഴിഞ്ഞിട്ടും അയാൾ ഭാര്യയെ തൊട്ടില്ല. നിരാശപൂണ്ട് ആ സ്ത്രീ വിവാഹമോചനമാവശ്യപ്പെടാൻ നിശ്ചയിച്ചു.

"ചരക്കു മുന്നിലിരിക്കുമ്പോൾ കച്ചവടത്തിനെന്തിനാ ധൃതി?"

കുറച്ചുകാലം കഴിഞ്ഞപ്പോൾ അയാളും കച്ചവടത്തിലേർപ്പെട്ടു. ആ സ്ത്രീയിൽ അയാൾക്ക് മക്കളുണ്ടായി. ആണും പെണ്ണും.

നയിമയുടെ മുഖം മനസിൽ മിന്നിമറഞ്ഞപ്പോൾ ഹെഡ്മാസ്റ്ററുടെ കരളിൽ കത്തികുത്തിയിറക്കുന്ന വേദന. ഷെയിക്ക് അലിയും അബ്ദുൽ സമദും പറഞ്ഞ കാര്യങ്ങൾ മുഴുവൻ കേട്ടില്ലെങ്കിലും അയാൾ ചോദിച്ചു.

"അവൾ സൈനിനെ വിവാഹം കഴിക്കുമെന്ന് തീർച്ചയാണോ? എങ്കിൽ അത് തികച്ചും അന്യായമാണ് കൂട്ടരേ. അള്ളാഹുവേ എന്തൊക്കെ വിചിത്രമായ കാര്യങ്ങളാണ് ഉലകിൽ നടന്നുകൊണ്ടിരിക്കുന്നത്."

ഏഴ്

ആ കൊല്ലം സംഭവിച്ച അത്ഭുതകരമായ കാര്യങ്ങൾ കണ്ടും കേട്ടും പള്ളിയിലെ ഇമാമിനും അമ്പരപ്പ്. നാട്ടുകാരുടെയിടയിൽ അയാൾക്കൊരു പേരുണ്ട്, മാന്യതയുണ്ട്. നാട്ടുകാരുടെ മനസറിയുന്ന ആൾ, എന്തിനും പോംവഴി കാണുന്ന ആൾ എന്നൊക്കെയുള്ള നിലയിൽ നാട്ടുകാർക്ക് അയാളോട് ബഹുമാനമുണ്ട്. ആ നാട്ടിൽ തൊഴിലൊന്നും ചെയ്യാതെ ജീവിക്കുന്ന ഏക വ്യക്തിയും അയാൾ തന്നെ. വയലിൽ കൃഷിയിറക്കേണ്ട, കച്ചവടം ചെയ്യേണ്ട, കുട്ടികളെ ഖുർആൻ പഠിപ്പിക്കുന്നതിന് ഒരു നിശ്ചിതസംഖ്യ മാസംതോറും അയാളെ ഏൽപ്പിക്കുന്നു. ബഹുമാനമുണ്ടെങ്കിലും അയാളെ കാണുന്നത് പലർക്കും ചതുർഥിയാണ്. കാരണം അദ്ദേഹത്തെ കാണുമ്പോൾ മരണത്തെക്കുറിച്ചും മരണാനന്തരക്രിയകളെക്കുറിച്ചും തെറ്റുചെയ്താലുള്ള ശിക്ഷയെക്കുറിച്ചും അവർ ഓർത്തുപോകും. അതുകൊണ്ടുതന്നെ മൂലയിൽ തൂങ്ങിക്കിടക്കുന്ന മാറാല കാണുന്നതുപോലെ അരോചകമാണ് അവർക്ക് അദ്ദേഹത്തെ കാണുന്നത്. മരിച്ചുപോയ തങ്ങളുടെ പ്രിയപ്പെട്ടവരെക്കുറിച്ചും, തണുപ്പുകാലത്ത് പുലർച്ചേ എഴുന്നേറ്റ് പള്ളിയിൽ പോകേണ്ടതിനെക്കുറിച്ചും തണുത്തവെള്ളം തട്ടി കാല് വിണ്ടുകീറുന്നതിനെക്കുറിച്ചും അദ്ദേഹത്തെ കാണുമ്പോൾ അവർക്ക് ഓർമവരും.

ഇത് ഇമാമിന്റെ കണ്ണൊപ്പിക്കാനായി മാത്രം നിത്യവും പള്ളിയിൽ പോകുന്നവരുടെ അഭിപ്രായം. പള്ളിയിൽ പോകാതിരിക്കുന്നത് വൻദോഷം തന്നെ. അതേസമയം അന്യന്റെ ഭാര്യയെ കണ്ണുവെക്കുക, അൽപ്പസ്വൽപ്പം പരദൂഷണം പറയുക തുടങ്ങിയ ചെറിയ കുസൃതികൾ അത്ര വലിയ തെറ്റൊന്നുമല്ല എന്നു വിശ്വസിക്കുന്നവരാണ് മെഹജബും കൂട്ടരും.

"വല്ലാത്തൊരു കട്ടിക്കാരൻ. തിന്നുകയുമില്ല, തീറ്റിക്കുകയുമില്ല."

ഇതാണ് ഇമാമിനെക്കുറിച്ച് മെഹജബിന്റെ അഭിപ്രായം.

ജനങ്ങളുടെ നിത്യജീവിതം എങ്ങനെ കഴിയുന്നു എന്ന് അദ്ദേഹം അന്വേഷിക്കാറില്ല. അവരുടെ ഗോതമ്പ് വിളഞ്ഞോ, അവരെങ്ങനെ കൃഷി ചെയ്യുന്നു, എന്തു വളമിടുന്നു, വെള്ളം കിട്ടുന്നുണ്ടോ, കൊയ്ത്ത് കഴിഞ്ഞോ എന്നൊന്നും അദ്ദേഹത്തിനറിയേണ്ട. അബ്ദുൽ ഹഫീസിന്റെ ബാർലികൃഷി ഇക്കൊല്ലം മെച്ചമായിരുന്നോ? റയീസിന്റെ തണ്ണിമത്തൻ ചെറുതായിരുന്നോ, അതോ വലുതോ? ബീൻസിന് എന്താണ് ഇക്കൊല്ലം അങ്ങാടിവില? ഉള്ളിയുടെ വില പെട്ടെന്നിടിയാൻ കാരണമെന്താ? ഈന്തപ്പന പൂക്കാൻ താമസിച്ചോ? ഇങ്ങനെ എന്തെല്ലാം കാര്യങ്ങളുണ്ട്. എന്നാൽ ഇക്കാര്യങ്ങളെക്കുറിച്ചൊന്നും അദ്ദേഹത്തിന് ഒരന്വേഷണവുമില്ല. ലൗകിക കാര്യങ്ങളിൽ ഒട്ടും താൽപ്പര്യമില്ല. അതുകൊണ്ടുതന്നെ ജനങ്ങൾക്ക് ഇമാമുമായി യാതൊരടുപ്പവുമില്ല.

എന്നാൽ നാട്ടിലെ ചില പ്രത്യേക വ്യക്തികളുടെ കാര്യത്തിൽ അദ്ദേഹത്തിന് താൽപ്പര്യമുണ്ടുതാനും. അദ്ദേഹം സ്ഥിരിമായി പത്രം വായിക്കുകയും വാർത്ത കേൾക്കുകയും ചെയ്യും. ഉടനെ യുദ്ധമുണ്ടാകാൻ സാധ്യതയുണ്ടോ? റഷ്യക്കോ, അമേരിക്കയ്ക്കോ കൂടുതൽ കരുത്ത്? നെഹ്റുവും ടിറ്റോവുമൊക്കെ എന്താണ് പറയുന്നത്? ഇങ്ങനെയുള്ള കാര്യങ്ങളിൽ വിവരമുള്ളവരോടാണ് അദ്ദേഹത്തിന് അടുപ്പം. അവരുമായി ഇക്കാര്യങ്ങളെക്കുറിച്ച് ദീർഘമായി തർക്കിക്കുക അദ്ദേഹത്തിന്റെ പതിവാണ്. നിത്യജീവിതത്തിനിടയിൽ സാധാരണക്കാരായ നാട്ടുകാർക്ക് ഇത്തരം കാര്യങ്ങൾ ചർച്ച ചെയ്യാൻ നേരമെവിടെ? അതുകൊണ്ട് അവർ ഇമാമിൽ നിന്നകന്നു.

ഉള്ളുകൊണ്ട് അടുപ്പമില്ലെങ്കിലും അദ്ദേഹമില്ലാതെ കാര്യം നടക്കില്ലെന്ന് ഏവർക്കും ബോധ്യമാണ്. അദ്ദേഹം പണ്ഡിതനാണെന്ന കാര്യത്തിലും ആർക്കും അഭിപ്രായവ്യത്യാസമില്ല. അൽഅസ്ഹർ യൂണിവേഴ്സിറ്റിയിൽ പത്തുവർഷം പഠിച്ച് അനേകം ബിരുദങ്ങൾ നേടിയ ആളാണ്. പള്ളിയിലെ മിമ്പറിയിൽ കയറിയാൽ ഇമാമിന്റെ നാവിന് ഏഴുമുഴമാണ് നീളം. ഒടുക്കംനാളിനെക്കുറിച്ചും അന്ന് പാപികൾക്ക് കിട്ടുന്ന കൊടുംശിക്ഷയെക്കുറിച്ചും, നരകത്തീയിനെക്കുറിച്ചും, സ്വർഗത്തിലെ പൊലിവിനെക്കുറിച്ചും അദ്ദേഹം വികാരവിവശനായി പറയുന്നതു കേൾക്കുമ്പോൾ അവരുടെ തൊണ്ടയിൽ മുള്ള് കുടുങ്ങിയതുപോലെ തോന്നും. ആകെ ഭയന്ന് ഇനി തെറ്റുകളൊന്നും ആവർത്തിക്കുകയില്ലെന്ന് മനസിൽ കരുതി ഉറപ്പിച്ചുകൊണ്ടാണ് വെള്ളിയാഴ്ച ജുമുഅ കഴിയുമ്പോൾ ഓരോരുത്തരും പള്ളിയിൽ നിന്നിറങ്ങുക. ഈന്തപ്പനത്തോട്ടവും ഗോതമ്പുപാടങ്ങളും കച്ചവടത്തിലെ നേട്ടങ്ങളുമൊന്നും അപ്പോൾ അവരെ സന്തോഷിപ്പിക്കാറില്ല. ആകെ നിരാശയായിരിക്കും. ഇതെല്ലാം വിട്ടെറിഞ്ഞ് ഒരുനാൾ എല്ലാവരും പോകണം. ആറടി മണ്ണിൽ മൂന്നുകഷ്ണം തുണിയുമായി അടങ്ങും. ഇതുകൊണ്ടൊന്നും യാതൊരു പ്രയോ

ജനവുമില്ലല്ലോ. എന്നോർക്കുമ്പോൾ വല്ലാത്ത ഒരുൾക്കിടിലം. രണ്ടുനാൾ കഴിയുമ്പോൾ ജീവിക്കാനുള്ള ബദ്ധപ്പാടിനിടയിൽ അവർ ഇമാമിന്റെ വാക്കുകൾ സൗകര്യപൂർവം മറക്കും. വീണ്ടും പഴയ ജീവിതത്തിലേക്ക് മടങ്ങും. വിളഞ്ഞുകൊയ്യാറായ പാടം കാണുമ്പോൾ മനസുനിറയും. അതിനൊക്കെ അവരുടെതായ ന്യായീകരണങ്ങളും അവർ കണ്ടെത്തും. എല്ലാ വെള്ളിയാഴ്ചയും പരലോകജീവിതത്തെക്കുറിച്ചോർത്ത് അവരുടെ മനസ്സ് വ്യാകുലമാവുകയും പിന്നീടത് മറന്ന് ജീവിതസാഗരത്തിൽ മുങ്ങുകയുമാണ് പതിവ്. എങ്കിലും വെള്ളിയാഴ്ചകളിലെ ജുമുഅ ആരും മുടക്കാറില്ല. ഖുർആൻ ആയത്തുകൾ ഉദ്ധരിച്ചുകൊണ്ട് ഇമാം ഉറക്കെ പ്രസംഗിക്കുന്നത് കേൾക്കാൻ എല്ലാവർക്കും ഇഷ്ടംതന്നെ. മരിച്ചവർക്കുവേണ്ടി അദ്ദേഹം പ്രാർഥിക്കുന്നത് കേൾക്കുമ്പോൾ അവർക്ക് ഭയം തോന്നാറുണ്ട്. ഒരുനാൾ തങ്ങൾക്കുവേണ്ടിയും... കൂടുതൽ കാതോർക്കാൻ ആരും ഇഷ്ടപ്പെടാറില്ല. പ്രസംഗിച്ചുകൊണ്ടു നിൽക്കുമ്പോൾ ഇമാമിന്റെ കണ്ണുകളിൽ അസാധാരണമായ തിളക്കം കാണുമ്പോൾ ശ്രോതാക്കൾ തങ്ങളെത്തന്നെ മറക്കും. പള്ളിപ്പറമ്പിലെ മിനാരം പോലെയായിരുന്നു അവർക്ക് ഇമാം.

ഇമാമിനെക്കുറിച്ച് പറയുമ്പോൾ ജനം പല തട്ടിലാവുകയാണ് പതിവ്. അദ്ദേഹത്തെ ഒരാളായിട്ടല്ല ഒരു സ്ഥാപനമായിട്ടാണ് പലരും കണക്കാക്കിയത്. അതുകൊണ്ടുതന്നെ ആരും അദ്ദേഹത്തെ പേരെടുത്ത് വിളിക്കാറില്ല. നയിമയുടെ ബാപ്പ ഇബ്രാഹിം ഹാജിയെപ്പോലുള്ള പ്രായവും പക്വതയും വന്ന ഒരു വിഭാഗക്കാർക്ക് ഇമാം ദൈവതുല്യനാണ്. അവർ അദ്ദേഹത്തെ സ്നേഹിക്കുകയും ആരാധിക്കുകയും ചെയ്തു. അവർ നിത്യേന അഞ്ചുനേരവും പള്ളിയിലെത്തുകയും ഇമാം പറയുന്നത് ഭക്തിയോടെ കേൾക്കുകയും അനുസരിക്കുകയും ചെയ്തു. അവർ വെള്ളിയാഴ്ചകളിൽ തവണകളായി അദ്ദേഹത്തിനെ വീട്ടിലേക്ക് ഊണിന് ക്ഷണിച്ചു. റമസാൻ മാസത്തിൽ അവർ അദ്ദേഹത്തിന് അർഹതപ്പെട്ട സക്കാത്തു നൽകി. ബലിപെരുന്നാളിന് അറക്കുന്ന മൃഗങ്ങളുടെ തോലും അവർ അദ്ദേഹത്തിന് തന്നെയായിരുന്നു നൽകിയിരുന്നത്. മക്കളുടെ വിവാഹസമയത്ത് അവർ അദ്ദേഹത്തിന് പുതുവസ്ത്രങ്ങൾ നൽകി ആദരിച്ചു. എന്നാൽ എഴുപതു കഴിഞ്ഞ ഇബ്രാഹിം വദ്താഹ എന്ന വൃദ്ധൻ ഇതിനെല്ലാം എതിരായിരുന്നു. അയാൾ പള്ളിയിൽ പോവുകയോ, നമസ്കരിക്കുകയോ, നോമ്പു നോൽക്കുകയോ സക്കാത്തു നൽകുകയോ ചെയ്യാറുണ്ടായിരുന്നില്ല. ഇമാം എന്ന ഒരാളുണ്ടെന്ന മട്ടേ അയാൾ കാണിച്ചില്ല.

ഇരുപതിനു താഴെ പ്രായമുള്ള ഒരു കൂട്ടം ചെറുപ്പക്കാർ ഇമാമിനെ അവരുടെ പ്രതിയോഗിയായിട്ടാണ് കണക്കാക്കിയിരുന്നത്. വിദ്യാർഥികളും പഠനംകഴിഞ്ഞ് വിദേശത്തുനിന്ന് തിരിച്ചെത്തിയവരും ഇക്കൂട്ടത്തിൽപ്പെടുന്നു. ചോരത്തിളപ്പിൽ ജീവിതം ആസ്വദിക്കുന്നതിനിടയിൽ മരണത്തെക്കുറിച്ച് ഓർമിപ്പിക്കുന്നവരെ അവർ വെറുത്തു. സാഹസികളായ ഇക്കൂട്ടർ

രഹസ്യമായി മദ്യപിക്കുകയും 'മരുഭൂമിയിലെ മരുപ്പച്ചയിലെ' സ്ത്രീകളെ സന്ദർശിക്കുകയും പതിവായിരുന്നു. വിദ്യാസമ്പന്നരും പുരോഗമനവാദികളുമായ ഇവർ യുക്തിവാദത്തെക്കുറിച്ചും വിപ്ലവത്തെക്കുറിച്ചുമൊക്കെ വായിച്ചും പഠിച്ചും അറിഞ്ഞവരായിരുന്നു. തണുപ്പുകാലത്തെ പുലർവേളകളിൽ മൂടിപ്പുതച്ച് ഉറങ്ങുന്നതിനുപകരം ദേഹശുദ്ധിവരുത്തി പള്ളിയിൽ പോകാൻ അവർ ഒരുക്കമായിരുന്നില്ല. അത്ഭുതമെന്നു പറയട്ടെ, ഇബ്രാഹിം വദ് താഹ എന്ന വൃദ്ധനായിരുന്നു ഇവരുടെ നേതാവ്.

മെഹജബ്, താഹർ റവാസി, സയ്യീദ്, അബ്ദുൽ ഹഫീസ്, അഹമ്മദ് ഇസ്മായിൽ, ഹമദ് വദ് റയീസ് തുടങ്ങിയവരടങ്ങുന്ന മൂന്നാം മുന്നണിയായിരുന്നു ഏറ്റവും പ്രബലരായ കൂട്ടർ. അവരിൽ അഹമ്മദ് ഇസ്മായിൽ ഒഴികെ മറ്റെല്ലാവരും മുപ്പത്തിഅഞ്ചിനും നാൽപ്പതിനും മധ്യേ പ്രായമുള്ളവരായിരുന്നു. ഇരുപതുകാരനായ അഹമ്മദ് ഇസ്മയിൽ ബുദ്ധിമാനും ഉത്തരവാദിത്വബോധമുള്ളവനുമായിരുന്നു. പ്രബലരായ ഈ സംഘം ഭൂവുടമകളും വ്യവസായികളുമായിരുന്നു. സാമ്പത്തികശേഷിയുള്ളവർ. എല്ലാവരും കുടുംബമായി കഴിയുന്നവർ. നാട്ടിൽ നടക്കുന്ന എല്ലാ സംഭവങ്ങൾക്കും മുന്നിലുണ്ടാകുന്ന ഇക്കൂട്ടരെ നിങ്ങൾ നേരത്തെ പരിചയപ്പെട്ടതാണല്ലോ. വിവാഹാഘോഷങ്ങൾക്കും മരണാടിയന്തിരങ്ങൾക്കും മുന്നിലുണ്ടാകുന്നതും ഇവർ തന്നെ. മരണവീടുകളിൽ ചെന്നാൽ മയ്യത്തുകുളിപ്പിക്കുന്നതിലും മയ്യത്തുകട്ടിൽ ചുമക്കുന്നതിലും ഇവർ തന്നെയായിരിക്കും മുന്നിൽ. ഖബർ കുഴിപ്പിക്കുന്നതും മയ്യത്ത് കുഴിയിൽ താഴ്ത്തുന്നതുമെല്ലാം ഇവർ തന്നെ. അതുകഴിഞ്ഞ് അനുശോചനത്തിനെത്തുന്നവരെ മധുരമില്ലാത്ത ചായ നൽകി സ്വീകരിക്കുവാനും ഇവർ തന്നെ മുന്നിൽ കാണും.

നൈൽ കരകവിഞ്ഞ് ഒഴുകി വെള്ളപ്പൊക്കമുണ്ടായാലും വരൾച്ച ഉണ്ടായാലും ജനങ്ങളെ സഹായിക്കാൻ ഇവർ മുന്നിലുണ്ടായിരിക്കും. ചാലുകീറി വെള്ളമൊഴുക്കാനും ബണ്ടുകെട്ടാനും പേടിച്ചരണ്ടു കഴിയുന്ന നാട്ടുകാരെ രാത്രിയിൽ റാന്തലുമായിച്ചെന്ന് ആശ്വസിപ്പിക്കാനും അവർ മുന്നിട്ടിറങ്ങുന്നു. ഒരു പെൺകുട്ടി അല്ലെങ്കിൽ സ്ത്രീ ഏതെങ്കിലും പുരുഷനോട് മോശമായി പെരുമാറി എന്നു കേട്ടാൽമതി ഇവർ അവിടെ ഓടിക്കിതച്ചെത്തും. പിന്നെ മുഖം നോക്കാതെയാണ് ശിക്ഷ. അജ്ഞാതനായ ഏതെങ്കിലും ഒരാൾ ഗ്രാമത്തിൽ അലഞ്ഞുനടക്കുന്ന വിവരമറിഞ്ഞാൽ ഇവർ ഓടിയെത്തി അയാളെ നാട്ടിൽനിന്ന് തുരത്തി ഓടിക്കും. നികുതി പിരിക്കാൻ ഉദ്യോഗസ്ഥരെത്തുമ്പോൾ ഇന്ന നികുതി കൂടുതലാണെന്നും അന്യായമാണെന്നുമൊക്കെ ജനങ്ങൾക്കുവേണ്ടി വാദിക്കുന്നതും ഇവർ തന്നെ. അപൂർവമായി മാത്രം ഗ്രാമത്തിലെത്തുന്ന സർക്കാറിന്റെ പ്രതിനിധികളെ സ്വീകരിച്ച് ആടിനെയും മറ്റും അറത്തു ഗംഭീരമായി സൽക്കരിച്ച് സന്തോഷിപ്പിച്ചേ ഇവർ പറഞ്ഞയക്കൂ. അതിനിടയിൽ മറ്റുള്ളവർ എത്തുന്നതിനു മുമ്പേ തങ്ങളുടെ കാര്യങ്ങൾ സാധിപ്പിച്ചെടുക്കാനും മറ

ക്കില്ല. ഗ്രാമത്തിലെ ആസ്പത്രി, സ്കൂൾ, കാർഷികസ്ഥാപനങ്ങൾ തുടങ്ങിയവയൊക്കെ ഉണ്ടാക്കാനുള്ള കോൺട്രാക്ട് ഇവർക്കാണ് കിട്ടിയത്. എല്ലാ കമ്മിറ്റിയിലും ഇവർതന്നെയായിരുന്നു അംഗങ്ങൾ. ഇമാമിനെ ഇവർക്ക് കണ്ണെടുത്താൽ കണ്ടുകൂടാ. എന്നാലും നേരിട്ടെതിർക്കാൻ ചെല്ലാറില്ല. കാരണം മാസാവസാനങ്ങളിൽ ഇമാമിന്റെ ശമ്പളം ജനങ്ങളിൽ നിന്ന് പിരിച്ചെടുത്ത് കൊടുക്കാനുള്ള ചുമതല ഇവർക്കാണ്. തങ്ങളുമായി കൂടിയാലോചിക്കാതെ നാട്ടിൽ ഒരു കാര്യവും നടത്താൻ ഇവർ അനുവദിക്കില്ല. ഈ സംഘക്കാരുമായി ധാരണയുണ്ടാക്കാതെ ഒരു സർക്കാരുദ്യോഗസ്ഥനും ആ നാട്ടിൽ നിന്നുപിഴയ്ക്കാനാവില്ല.

സയ്യീദിന്റെ പീടികയുടെ മുൻവശത്താണ് ഇവരുടെ സങ്കേതം. വൈകുന്നേരങ്ങളിൽ സംഘക്കാർ അവിടെ ഒത്തുകൂടുക പതിവാണ്. അപ്പോൾ മാത്രമേ അവർ തങ്ങളുടെ സ്വാധീനശക്തിയെക്കുറിച്ച് വീമ്പിളക്കാറുള്ളൂ. ജനങ്ങളുടെ മുന്നിൽ അവർ വെറും പൊതുജനസേവകർ. ഇമാം അവരെ സംബന്ധിച്ചിടത്തോളം ഒഴിച്ചുകൂടാൻ വയ്യാത്ത ഒരു ബാധ്യതയാണ്. ഇമാമിനെ കുറ്റപ്പെടുത്തുമ്പോൾ അവർ നാവിന് കടിഞ്ഞാണിടാൻ ശ്രമിക്കാറുണ്ട്. മെഹജബിന്റെ ഭാഷയിൽ പറഞ്ഞാൽ 'ഒഴിച്ചുകൂടാനാവാത്ത ഒരു മര്യാദ.' അവർ കൃത്യമായി പള്ളിയിൽ പോകാറില്ലെങ്കിലും ജുമുഅ ഒഴിവാക്കാറില്ല. സുബഹിക്ക് പള്ളിയിലെത്തുന്ന പതിവില്ല. അവർ പള്ളിയിലെത്തുന്നത് ഇമാമിന്റെ പ്രസംഗം കേൾക്കാനല്ല. അദ്ദേഹത്തിന് ശമ്പളം കൊടുക്കാനും പള്ളിക്കാര്യങ്ങൾ അന്വേഷിക്കാനുമാണ്.

സൈനിന് അവന്റേതായ ഒരു സഭയുണ്ടെങ്കിലും അവൻ അധികസമയവും മെഹജബിന്റെ സംഘക്കാരുടെ കൂടെ ആയിരിക്കും. അവനാണല്ലോ അവരുടെ മുഖ്യസംഭാഷണ വിഷയം. അവൻ കുഴപ്പങ്ങളിൽ ചെന്നുചാടാതെ നോക്കാൻ അവർ ശ്രമിക്കാറുണ്ട്. അഥവാ എന്തെങ്കിലും ആപത്തുണ്ടായാൽ അവനെ രക്ഷിക്കാനോടിയെത്തുന്നതും അവരായിരിക്കും. അവന്റെ കാര്യങ്ങൾ അവന്റെ ഉമ്മയെക്കാൾ തിട്ടം അവർക്കാണ്. അവന്റെമേൽ എപ്പോഴും അവരുടെ ഒരു കണ്ണുണ്ടായിരിക്കും. രണ്ടു കൂട്ടർക്കും പരസ്പരം സ്നേഹവും വിശ്വാസവുമുണ്ട്. ഇമാമിന്റെ കാര്യത്തിൽ സൈനിന് അവന്റേതായ ഒരു നിലപാടുണ്ട്. ഇമാമിനെ അവന് ഒട്ടും ഇഷ്ടമല്ല. അദ്ദേഹം ദൂരെനിന്നു വരുന്നതുകാണുമ്പോൾ അവൻ വഴിമാറി നടക്കും. സൈൻ വെറുത്തിരുന്ന ഏക വ്യക്തിയായിരുന്നു ഇമാം. ഇമാമിനെ കാണുന്നതോടെ അവന്റെ മനസ്സ് അസ്വസ്ഥമാകും. അവൻ അദ്ദേഹത്തെ ശപിക്കാനും ചീത്തപറയാനും തുടങ്ങും. ഇമാം ഒന്നും കണ്ടില്ലെന്നും കേട്ടില്ലെന്നും നടിക്കുകയാണ് പതിവ്. ജനങ്ങൾ അവനെ ലാളിച്ചു വഷളാക്കിയിരിക്കുന്നു. സാധാരണക്കാരിൽ സാധാരണക്കാരനായ അവന് പുണ്യവാളന്റെ പരിവേഷം നൽകി തലയിൽ കയറ്റിവച്ചിരിക്കുന്നു എന്നൊക്കെയാണ് ഇമാമിന്റെ പരാതി. സൈനിന്റെ തുറിച്ചുനോട്ടം കാണുമ്പോൾ അദ്ദേഹവും അസ്വസ്ഥനാകാറുണ്ട്. പുണ്യപുരു

ഷനായ ഹനീൻ അവനെ ശിഷ്യനാക്കിക്കൊണ്ടുനടക്കുന്നതിന്റെ പൊരുൾ എത്ര ആലോചിച്ചിട്ടും അദ്ദേഹത്തിന് പിടികിട്ടാറില്ല.

ഹനീന്റെ വർഷം എന്നറിയപ്പെട്ടിരുന്ന അക്കാലത്ത് നടന്ന സംഭവങ്ങൾ നാട്ടുകാരെ ആശയക്കുഴപ്പത്തിലാക്കാതിരുന്നില്ല. സെയിഫുദ്ദീന്റെ ചതിയായിരുന്നു ഏറെ ചർച്ചാവിഷയമായത്. സെയിഫുദ്ദീൻ പെട്ടെന്നൊരു ദിവസം കാലുമാറി മറ്റൊരു സംഘത്തിൽ ചേർന്നു. മരുഭൂമിയിലെ മരുപ്പച്ചയിലെ സന്ദർശകരുടെ നേതാവും വീരപുരുഷനുമായിരുന്നു സെയിഫുദ്ദീൻ. അയാൾ ഭക്തരുടെ സംഘത്തിൽ ചേർന്നതോടെ അയാളുടെ കൂട്ടുകാരുടെ മനസിടിഞ്ഞു. അതോടെ ആ സംഘക്കാർ പ്രബലരാവുകയുംചെയ്തു. പണം കൈയിൽ വന്നുചേർന്നതോടെ സെയിഫുദ്ദീൻ കൂട്ടുകാർക്കുവേണ്ടി വാരിക്കോരി ചെലവാക്കുമായിരുന്നു. മാത്രവുമല്ല. സെയിഫുദ്ദന്റെ മറവിൽ അവർക്ക് എന്തുമാകാമെന്നുള്ള മട്ടായിരുന്നു. കാരണം സെയിഫുദ്ദീന്റെ ചെയ്തികൾ ചുഴിയാനേ നാട്ടുകാർക്ക് നേരമുണ്ടായിരുന്നുള്ളൂ. സെയിഫുദ്ദീൻ ഭക്തനും ദയാലുവും ദാനശീലനുമായി മാറിയതു കണ്ടപ്പോൾ അവർക്ക് കാലിനടിയിലെ മണ്ണ് ഒലിച്ചുപോവുന്ന പ്രതീതിയായിരുന്നു. അവരുടെ ഉള്ളുകള്ളികൾ നന്നായി അറിയുന്ന സെയിഫുദ്ദീൻ അവരെ ഒറ്റിക്കൊടുക്കാൻ കൂട്ടുനിൽക്കുന്നില്ലേ എന്നൊരു സംശയംകൂടി ആയപ്പോൾ അവരെല്ലാം അയാളുടെ ശത്രുക്കളായി.

സെയിഫുദ്ദീൻ ഇമാമിന്റെ വലംകൈ ആയി. മരുഭൂമിയിലെ മരുപ്പച്ച സെയിഫുദ്ദീന്റെ ദൗർബല്യമായിരുന്നു. അയാളുടെ ബാപ്പ പതിനെട്ടടവും പയറ്റിനോക്കിയിട്ടും അയാളെ പിന്തിരിപ്പിക്കാൻ കഴിഞ്ഞിരുന്നില്ല. അങ്ങനെയുള്ള സെയിഫുദ്ദീൻ ഇപ്പോൾ അത്തരം കൃത്യങ്ങൾ മഹാപാപമാണെന്ന് പ്രസംഗിച്ച് നടക്കുന്നു! ആളുകളെങ്ങനെ അത്ഭുതപ്പെടാതിരിക്കും? ഇമാമിന്റെ ഉപദേശം കേട്ടാണ് സെയിഫുദ്ദീൻ മാറിയതെന്ന് ശ്രുതി ഇമാമിന്റെ കരുത്തുകൂട്ടി. അദ്ദേഹത്തിന്റെ വാക്കുകൾക്ക് മൂർച്ച ഏറി. ഒടുക്കം അള്ളാഹുവിനുതന്നെയാണ് വിജയം എന്ന് സമർഥിക്കാനായി അദ്ദേഹം സെയിഫുദ്ദീനെയാണ് ഉദാഹരണമായി ഉയർത്തിക്കാണിച്ചത്. ഹനീന്റെ വർഷത്തിലെ അത്ഭുതമാണ് സെയിഫുദ്ദീന്റെ മാറ്റം എന്ന വാദത്തോടുമാത്രം അദ്ദേഹം യോജിച്ചില്ല. മരുപ്പച്ചയെക്കുറിച്ച് മെഹജബിന്റെ സംഘക്കാർക്ക് ഇമാമിന്റെ അഭിപ്രായം തന്നെയായിരുന്നു. ഗ്രാമത്തിലെ ചില യുവാക്കൾ കുടിച്ചതുകൊണ്ടുമാത്രം ഗ്രാമജീവിതം പാടെ തകരുമെന്ന വിശ്വാസമൊന്നും അവർക്കില്ലായിരുന്നു. അതേസമയം ഏതെങ്കിലും ഒരാൾ കുടിച്ച് ബഹളം കൂട്ടുകയോ സ്ത്രീകളോട് അപമര്യാദയായി പെരുമാറുകയോ ചെയ്താൽ അവർ ഇടപെടുകതന്നെ ചെയ്യും. അപ്പോൾ അവരെടുക്കുന്ന തീരുമാനം ഇമാം എടുക്കുന്നതിൽ നിന്നും വ്യത്യസ്തമായിരിക്കുമെന്നുമാത്രം. കുറ്റം ചെയ്തവരുടെ മനസുമാറ്റി അള്ളാഹുവിന്റെ വഴിയിലേക്ക് കൊണ്ടുവരുന്നതുവരെ മിണ്ടാതിരിക്കാനൊന്നും അവർക്ക് ക്ഷമയില്ല. മരുപ്പച്ച നശിപ്പിക്കുക എന്നത്

അവരെ സംബന്ധിച്ചിടത്തോളം ഒരത്യാവശ്യ സംഗതിയാണ്. അതവർ നടത്തിയേ അടങ്ങൂ.

സെയിഫുദ്ദീന്റെ മാറ്റം ഇമാമിനെ കുറിച്ചൊന്നുമല്ല സന്തോഷിപ്പിച്ചത്. അദ്ദേഹം എല്ലാ പ്രഭാഷണങ്ങളിലും സെയിഫുദ്ദീന്റെ കാര്യം എടുത്തുപറയുക പതിവായി. ഒറ്റയ്ക്ക് വിളിച്ചിരുത്തി ഉപദേശിക്കുകയും കൂടെ കൊണ്ടുനടക്കുകയും ചെയ്തു.

"ബദയിയുടെ മകൻ അടിമപ്പെണ്ണിനെ വിട്ട് ഇമാമിനെ കണ്ണുവെച്ചതുപോലുണ്ടല്ലോ."

ഒരിക്കൽ ഇമാമും സെയിഫുദ്ദീനും കൈകോർത്തുപിടിച്ച് നടക്കുന്നതുകണ്ട് മെഹജബ് പറഞ്ഞു.

ഹാജി ഇബ്രാഹിമിന്റെ മകളെ സൈനിന് വിവാഹം കഴിച്ചുകൊടുക്കുന്നതിനോട് ഇമാമിനും ഒട്ടും യോജിപ്പുണ്ടായിരുന്നില്ല.

സയ്യീദിന്റെ പീടികയിൽ ചെന്ന മെഹജബ് കൈയിലിരുന്ന നാണയത്തുട്ട് മേശപ്പുറത്തുവച്ചു. സയ്യീദ് ഒന്നും ഉരിയാടാതെ ഒരു പായ്ക്കറ്റ് പ്ലയേഴ്സ് സിഗരറ്റും ബാക്കിവന്ന ചില്ലറയും അയാളെ ഏൽപ്പിച്ചു. മെഹജബ് പാക്കറ്റു പൊളിച്ച് ഒരു സിഗരറ്റ് തീ കൊളുത്തി രണ്ടാവർത്തി വലിച്ചു. അയാൾ ആകാശത്തേക്ക് കണ്ണുംനട്ട് പുകവിട്ടുകൊണ്ടിരുന്നു. അയാളുടെ മുഖം വികാരശൂന്യമായിരുന്നു. കൃഷിക്കുപോലും ഉതകാത്ത പാടത്തേക്ക് നോക്കുന്ന ഭാവമായിരുന്നു മുഖത്ത്.

"മാനം തെളിഞ്ഞു. ചാമകൃഷിക്ക് സമയമായി."

മേശപ്പുറത്തിരുന്ന സാധനങ്ങൾ അലമാരയിൽ അടുക്കുന്നതിനിടയിൽ സയ്യീദ് പറഞ്ഞു. മെഹജബ് അതേ മട്ടിൽ പീടികയ്ക്കുമുന്നിലെ മണൽ വിരിച്ച മുറ്റത്ത് ഇരുന്നു. കടയിൽനിന്ന് കത്തുന്ന വിളക്കിന്റെ പ്രകാശം അയാളുടെ മുഖത്ത് പതിയുന്നുണ്ടായിരുന്നു. അതവരുടെ ഇഷ്ടസങ്കേതമാണ്. വൈകുന്നേരങ്ങളിൽ അവിടം സജീവമാകും. ഉറക്കെ തമാശ പറഞ്ഞുചിരിക്കുന്ന വേളകളിൽ നിഴലുംവെളിച്ചവും നൃത്തം വെയ്ക്കുന്നതുപോലെ തോന്നുമായിരുന്നു. വഞ്ചി തിരമാലകളിൽ മുങ്ങുകയും പൊങ്ങുകയും ചെയ്യുന്നതുപോലെ. അതിനുശേഷമെത്തിയ അഹമ്മദ് ഇസ്മായിൽ ഒന്നും മിണ്ടാതെ മെഹജബിനരികിലിരുന്നു. ചിരിച്ചുകൊണ്ടെത്തിയ അബ്ദുൽഹഫീസും ഹമദ് റയീസും തമാശയ്ക്കിടയിൽ കൂട്ടുകാരന് സലാം പറയാൻ പോലും മറന്നു. എന്തിനാണ് ചിരിക്കുന്നതെന്ന് മെഹജബ് ചോദിച്ചില്ല. അന്യോന്യം മനസു വായിക്കാൻ കഴിവുള്ളവരായിരുന്നു ആ സുഹൃത്തുക്കൾ.

" നിങ്ങളിപ്പോഴും ആ പൊട്ടൻ സയ്യീദിന്റെ കാര്യം തന്നെ പറഞ്ഞുകൊണ്ടിരിക്കുകയാണോ?" മെഹജബ് ചോദിച്ചു.

അയാളുടെ നേരെ തിരിഞ്ഞിരുന്നിട്ട് അഹമ്മദ് ഇസ്മയിൽ പറഞ്ഞു.

"ചിലപ്പോൾ ആ സ്ത്രീ അയാളിൽ നിന്ന് തലാഖ് ആഗ്രഹിക്കുന്നുണ്ടാകും."

"എന്താ സംശയം? ഒന്ന് ഒഴിവായി കിട്ടിയാൽ മതിയായിരുന്നെന്ന്

പൊട്ടന്റെ ഭാര്യ ഇന്നലേയും എന്നോട് പറഞ്ഞു. അവളെ നാറുന്നു, കാണാൻ കൊള്ളില്ല എന്നൊക്കെയാണത്രേ അയാളുടെ പരാതി. നിന ക്കെന്താ മറ്റു സ്ത്രീകളെപ്പോലെ അത്തർ പുശുകയും അണിഞ്ഞൊരു ങ്ങുകയുമൊക്കെ ചെയ്താൽ എന്നാണത്രേ ചോദ്യം. നീ ആ ഹെഡ്മാ സ്റ്ററുടെ മക്കളെ കണ്ടുപഠിക്ക് എന്ന് പറഞ്ഞ് നന്നായി പൂശുകയും ചെയ്തത്രേ."

പറഞ്ഞപ്പോൾ ഹഫീസിന്റെ കണ്ണുകളിൽ കുസൃതി.

ഈ സമയത്തെത്തിയ താഹിർ റവാസി വെളിച്ചം പതിയാത്തിടം നോക്കി ഇരുന്നു.

"ഈ മരക്കഴുത ഹെഡ്മാസ്റ്ററുടെ മക്കളിലൊരാളെ വിവാഹമാലോ ചിച്ചിരിക്കാനിടയുണ്ട് കേട്ടോ."

അയാൾ പറഞ്ഞു.

സയ്യീദിനെക്കണ്ട് സംസാരിച്ച് ഏതെങ്കിലും പരിഹാരം കാണാമെന്ന് ഉറപ്പുകൊടുത്തിട്ടാണ് അവളെ വീട്ടിലേക്കയച്ചതെന്ന് അബ്ദുൽ ഹഫീസ് പറഞ്ഞു. ഉച്ചയ്ക്കുതന്നെ അയാളെ കാണാൻ വീട്ടിൽ ചെന്നതുമാണ്. അപ്പോൾ മുൻവശത്തെ കതക് അടഞ്ഞുകിടക്കുന്നു. അകത്ത് സയ്യീദും ഭാര്യയും സല്ലപിക്കുന്നതുകേട്ട് ചെവിയോർത്തു. അപ്പോൾ സയ്യീദ് പറ യുകയാണ്. "കരയൂ കൊച്ചു പെണ്ണേ കരയൂ." എന്നിട്ട് അവർ രണ്ടു പേരും അവരുടേതായ രീതിയിൽ ചിരിച്ചുകൊണ്ടിരുന്നു. അഹമ്മദ് ഇസ്മ യിൽ പെരുമ്പറ മുഴങ്ങുന്നതുപോലെ ഉറക്കെ ചിരിച്ചു. നാവുകൊണ്ട് ശബ്ദമുണ്ടാക്കിക്കൊണ്ട് ചുണ്ടുപിളർത്താതെയാണ് മെഹജബ് ചിരിച്ച ത്. അബ്ദുൽ ഹഫീസാകട്ടെ കുട്ടികളെപ്പോലെ ചിരിച്ചു. ഹമദ് റയീസ് ചിരിച്ചപ്പോൾ ശരീരം മുഴുവൻ കുലുങ്ങുന്നുണ്ടായിരുന്നു. പ്രത്യേകിച്ചും കാലുകൾ. രണ്ടുകൈയും തലയിൽ വെച്ചുകൊണ്ടായിരുന്നു താഹർ റവാസി ചിരിച്ചത്. സയീദ് തന്റെ കടയിലിരുന്നുകൊണ്ട് മരം ഈരുന്ന ശബ്ദത്തിലാണ് ചിരിച്ചത്.

സംഭാഷണം ഇങ്ങനെ ഒരു വിഷയത്തിൽനിന്ന് മറ്റൊന്നിലേക്ക് മാറി ക്കൊണ്ടിരിക്കും. പക്ഷേ, അത് അൽപ്പനേരത്തേക്കു മാത്രം. വീണ്ടും രംഗം സജീവമാകാൻ ഏറെ നേരം വേണ്ട. അപ്പോഴേക്കും അനേകം കമന്റുകൾ നാലുപാടുനിന്നും ഉയരും. "അവന് ബുദ്ധി തൊട്ടുതീണ്ടിയി ട്ടില്ല", "ഒന്നിനും കൊള്ളാത്തവൻ മറ്റുള്ളവരെ നീതി പഠിപ്പിക്കാൻ നട ക്കുന്നു", "കൊല്ലങ്ങൾക്കു മുമ്പേ ഇവനെ കമ്മിറ്റിയിൽ നിന്ന് പിരിച്ചുവി ടേണ്ടതായിരുന്നു. നിങ്ങൾ ഒരാളാണ് എതിരുപറഞ്ഞത്." ഇത്യാദി അഭി പ്രായങ്ങൾ സഭയിൽ നിന്നുയരും.

"അള്ളാഹുവേ, ഇതോടെ അവൻ തീരണേ."

ചിലപ്പോൾ ആരെങ്കിലും പ്രാർഥിച്ചെന്നിരിക്കും.

അവരെന്താണ് പറയുന്നതെന്ന് പുതുതായി എത്തുന്ന ഒരാൾക്ക് മനസിലാവില്ല. അങ്ങനെയാണ് അവരുടെ സംസാരരീതി. ഉറക്കെ ചിന്തി ക്കുന്നതായിട്ടാണ് കേൾവിക്കാർക്ക് തോന്നുക. എല്ലാവർക്കുംകൂടി ഒരു

വലിയ മനസേ ഉള്ളൂ എന്നു തോന്നിപ്പോകും. സംഭാഷണം എങ്ങും തൊടാതെ തുടരുന്നതിനിടയിൽ ആരെങ്കിലുമൊരു തമാശ പൊട്ടിക്കും. അപ്പോൾ വൈക്കോൽതുറുവിന് തീ പിടിച്ചതുപോലെ ചിരിയുടെ മാലപ്പടക്കം. പുറകോട്ട് ചാഞ്ഞിരിക്കുന്നവർ അപ്പോൾ ഇരിപ്പ് നേരെയാക്കും. ഒരാൾ കൈ കാൽമുട്ടിൽ ചുറ്റിപ്പിടിക്കും. അകലെ ഇരിക്കുന്ന ആൾ അടുത്തേക്ക് നീങ്ങും. അപ്പോൾ സയ്യിദ് കടയിൽനിന്ന് പുറത്തേക്കിറങ്ങിവരും. വീണ്ടും പഴയ വിഷയത്തിലേക്ക് തിരിച്ചെത്തും. മെഹജബ് മുന്നോട്ടായും, അഹമ്മദ് ഇസ്മായിൽ കൈ മണ്ണിൽ കുത്തും, റയീസ് വളഞ്ഞിരിക്കും. ഇരുട്ടും വെളിച്ചവും ഇടകലർന്ന മണ്ണിൽ അവർ ഇരിക്കുന്നതു കാണുമ്പോൾ കടലിൽ മുങ്ങിത്താഴുന്ന തോണിയാണെന്ന് തോന്നിപ്പോകും. ചില നേരങ്ങളിൽ ചില വിഷയങ്ങൾ സംസാരിക്കുമ്പോൾ അവർ തമ്മിൽ പിണങ്ങും. അപ്പോൾ എല്ലാവരും ഒന്നിച്ച് പാറപ്പുറത്ത് ചിരട്ട ഉരയ്ക്കുന്നതുപോലെ ഉറക്കെ സംസാരിച്ചുകൊണ്ടിരിക്കും. അവലക്ഷണക്കൂട്ടമെന്നേ കാണികൾക്കു തോന്നൂ. അതുകൊണ്ടുതന്നെ അന്യരെ കാണുമ്പോൾ അവർ അഭിപ്രായവ്യത്യാസം പുറത്തുകാണിക്കാറില്ല. അന്യർ ശ്രദ്ധിക്കുന്നുണ്ടെന്നു തോന്നുമ്പോൾ "ആഹാ", "ഓഹോ" "ഉണ്ട്", "ഇല്ല" എന്നൊക്കെ പറയുകയോ, വെറുതെ ചിരിക്കുകയോ ആണ് അവരുടെ പതിവ്. അതുകൊണ്ടുതന്നെയാണ് നാട്ടിൽ പലരും അവരെ സൂത്രക്കാരെന്ന് വിളിക്കുന്നത്. മാർക്കറ്റു മുതൽ രണ്ടുമണിക്കൂർ കൂടെ നടന്നിട്ടും മെഹജബ് തന്നോട് ഒരക്ഷരവും ഉരിയാടിയില്ലെന്ന് മുസാ അൽ ബസീർ പലതവണ ആണയിട്ടു പറഞ്ഞിട്ടുണ്ട്. തങ്ങളുടെ സംഭാഷണം മറ്റുള്ളവർ ശ്രദ്ധിക്കുന്നത് അവർക്ക് ഇഷ്ടമല്ലെന്ന് മനസിലാക്കിയ ജനം അവരെ ഒഴിഞ്ഞുമാറുകയാണ് പതിവ്. കൂട്ടുകാർ എല്ലാവരും എപ്പോഴും ഒരുപോലെയാണ് പെരുമാറുക. പല മെയ്യാണെങ്കിലും മനസ്സ് ഒന്നാണെന്നാണ് നാട്ടുകാർ പറയുന്നത്.

എട്ട്

ചെറുപ്പക്കാരനായ അഹമ്മദ് ഇസ്മയിലിന് എപ്പോഴും ഉല്ലാസ വാനായിരിക്കണം. ചെറുപ്പത്തിന്റെ ചില വികൃതികളെല്ലാം അയാളുടെ കൈയിലുണ്ട്. വല്ലപ്പോഴും ഇത്തിരി മദ്യപിക്കുന്നത് പൊറുക്കാൻ വയ്യാത്ത തെറ്റാണെന്ന് അയാൾ കരുതുന്നില്ല. അയാൾ നല്ലൊരു നർത്ത കൻ കൂടിയാണ്. വിവാഹാഘോഷങ്ങളിൽ അയാളുടെ നൃത്തം ഒഴിച്ചു കൂടാൻ വയ്യാത്ത ഒരിനമാണ്. അബ്ദുൽ ഹഫീസാണ് സംഘത്തിലെ ഏറ്റവും വിനയവും മര്യാദയുമുള്ള ആൾ. 'സംഘാംഗങ്ങൾ' എന്നാണ് അവർ സ്വയം നൽകിയിരുന്ന പേര്. ഇന്നയാളുടെ ബാപ്പ മരിച്ചു. ഇന്ന യാൾ വിദേശയാത്ര കഴിഞ്ഞ് തിരിച്ചെത്തി. ഇന്നയാളുടെ മകൻ വിവാ ഹിതനായി എന്നൊക്കെ സംഘത്തെ കൃത്യമായി അറിയിക്കുന്നത് അബ്ദുൽ ഹഫീസാണ്. അപ്പോൾ ഈ സംഘം ചേർന്ന് ചെന്ന് അനു മോദനങ്ങളും അനുശോചനങ്ങളും അറിയിക്കും. അയാൾക്ക് ഇടയ്ക്കിടെ പള്ളിയിൽ പോകുന്ന പതിവുമുണ്ട്. അതു പക്ഷേ, അയാൾ മറ്റു സംഘാം ഗങ്ങളെ അറിയിക്കാറില്ല. കൂട്ടത്തിൽ ഏറ്റവും ശുണ്ഠിക്കാരൻ താഹിർ റവാസിയാണ്. പെട്ടെന്ന് ചൂടാകും. അതോടെ കത്തിയൂരി എന്തിനും മുന്നിട്ടിറങ്ങുകയും ചെയ്യും. വാദിച്ചു ജയിക്കാൻ കഴിവുള്ള സയ്യീദിനെ അവർ വക്കീലെന്നാണ് വിളിക്കുന്നത്. സർക്കാരുദ്യോഗസ്ഥരോട് കേണും വാദിച്ചും കാര്യങ്ങൾ നേടിയെടുക്കുന്നത് സയ്യീദാണ്. അപവാദങ്ങൾ മണ ത്തറിയാൻ മിടുക്ക് ഹമദ് വദ് റയീസിനാണ്. കിട്ടുന്ന വാർത്ത ചൂടോടെ സംഘത്തെ അറിയിക്കാനും നല്ല മിടുക്ക്. നാട്ടിലെ പെൺവിഷയങ്ങളിൽ മാധ്യസ്ഥം പറയാൻ സംഘക്കാർ ഏൽപ്പിക്കുന്നത് റയീസിനെയാണ്. കൂട്ടത്തിൽ സൂത്രശാലിയും സമർഥനുമാണ് മെഹജബ്. അത്യാവശ്യ

സമയത്ത് നേതൃത്വം ഏറ്റെടുത്ത് കാര്യങ്ങൾ നിയന്ത്രിക്കുന്നതും അയാൾ തന്നെ. മുഖം നോക്കാതെ തീരുമാനമെടുക്കുന്ന കട്ടിക്കാരൻ.

പുതുതായി ചാർജെടുത്ത കമീഷണറെ സംഘക്കാർ രണ്ടുതവണ ചെന്നു കണ്ടു. പതിവു കാണിക്കകളുമായി തന്നെയാണ് ചെന്നത്. കമീഷണർ അവരെ ഒട്ടും വകവച്ചില്ലെന്നു മാത്രമല്ല അവരുടെ സമ്മാനങ്ങൾ തിരസ്കരിക്കുകയും ചെയ്തു. ഇവരാണോ ഇവിടത്തെ ഭരണാധികാരികൾ? എല്ലാ കമ്മിറ്റികളിലും ഇവർ തന്നെയാണല്ലോ മെമ്പർമാർ. ഈ നാട്ടിലെന്താ വേറെ ആണുങ്ങളില്ലേ? എന്ന് കമീഷണർ ചോദിച്ചെന്നറിഞ്ഞതോടെ സംഘക്കാർ രോഷം പൂണ്ടു. വിഷയം സഭയിൽ ചർച്ചയ്ക്കെത്തി. പ്രശ്നം പരിഹരിച്ചില്ലെങ്കിൽ എല്ലാ കമ്മിറ്റികളിൽ നിന്നും രാജിവയ്ക്കണമെന്നായി ചിലർ. "ഒന്നടങ്ങ്" എന്നേ മെഹജബ് പറഞ്ഞുള്ളൂ. ഒരു മാസത്തിനകം കമീഷണർക്ക് സ്ഥലംമാറ്റമായി. ഇത്രപെട്ടെന്ന് ഇതെങ്ങനെ സാധിച്ചു? മറ്റുള്ളവർ അത്ഭുതപ്പെട്ടു. അതാണ് മെഹജബിന്റെ രീതി. വിചാരിച്ചത് സാധിപ്പിച്ചേ അടങ്ങൂ.

എന്തോ പറഞ്ഞ് ചിരിച്ചുകൊണ്ടിരിക്കുന്ന അവസരത്തിലാണ് അവർ സൈനിന്റെ അലർച്ച കേട്ടത്. തിരിഞ്ഞുനോക്കുമ്പോൾ കാലുകൾ വിടർത്തി നിന്ന് കൈ രണ്ടും എളിയിൽ കെട്ടി സൈൻ അലറുകയാണ്.

"ഒന്നിനും പോരാത്ത കഴുതകൾ."

അവന്റെ കണ്ണുകൾ അപ്പോൾ പതിവിൽ കൂടുതൽ ചുവന്നുതുടുത്തിരുന്നു. ഇരുട്ടത്ത് തിളങ്ങുന്നു.

"ഞങ്ങളെ നോക്കി വെറുതെ അലറല്ലേ. ഒന്നുകിൽ ഇവിടിരി. അല്ലെങ്കിൽ ഉടനെ സ്ഥലം വിട്ടോ."

താഹിർ റവാസി പറഞ്ഞു.

"സൈൻ കുടിച്ചിട്ടുണ്ടെന്നാ തോന്നുന്നത്." – അഹമ്മദ് ഇസ്മായിൽ.

അബ്ദുൽ ഹഫീസ് കൊടുത്ത സിഗരറ്റ് തട്ടിപ്പറിച്ച് താഴെ ഇരുന്നിട്ട് അവൻ അരിശത്തോടെ തന്നെ സിഗരറ്റിന് തീ കൊളുത്തി.

"അങ്ങനെയല്ല മരക്കഴുതേ."

താഹിർ റവാസി ശാസിച്ചു.

"വീരശൂരനാണെന്നാണ് ഭാവം. ഒരു സിഗരറ്റ് വലിക്കാനറിയില്ല. ആ അങ്ങനെ ആഞ്ഞു വലിച്ച് ഉള്ളിലേക്ക് പുക വിട്. വലിച്ചുകുടിക്കുന്നതു പോലെ."

വളരെ നേരത്തെ പരിശ്രമത്തിനുശേഷമാണ് സൈൻ പുകവിടാൻ പഠിച്ചത്. അവൻ ഊതി പുറത്തേക്ക് വിട്ട പുക ചുരുളുകളായി ആകാശത്തേക്കുയർന്നു. ചിലത് ഇരുളിൽ ലയിച്ചു. ചിലത് വെളിച്ചവുമായി ചേർന്നു.

ഒരാൾ കടയിൽ വന്നതുകണ്ട് സയ്യിദ് അങ്ങോട്ടുചെന്നു.

"അഞ്ചുകിലോ പഞ്ചസാര. അരക്കിലോ തേയില."

"ഇവൻ കിട്ടുന്നത് മുഴുക്കെ ചായ കുടിച്ച് തീർക്കുന്ന ലക്ഷണമാ."

അഹമ്മദ് ഇസ്മയിൽ പരിഹസിച്ചു.

"പാലു ചേർത്ത കടുപ്പമുള്ള ചായ ഒന്നിങ്ങു പോരട്ടേ."

സൈൻ ഉറക്കെ വിളിച്ചുപറഞ്ഞു.

"അങ്ങനെയാകട്ടെ മുതലാളി. കടുപ്പത്തിൽ ഒരു ചായ എടുത്തേ. ഞങ്ങളുടെ മുതലാളിക്ക്."

സയ്യീദ് സാമാനം തൂക്കുന്നതിനിടയിൽ ജനലിൽക്കൂടി ചായക്കടയിലേക്ക് വിളിച്ചുപറഞ്ഞു.

"ഈ നാട്ടിലെ പ്രമാണി ഇന്നും ഞാൻ തന്നെ അല്ലേ."

അതുകേട്ട് സന്തോഷിച്ച സൈൻ പറഞ്ഞു.

"പിന്നല്ലാതെ?" താഹർ എരിവ്കയറ്റി.

"പിന്നെന്തിനാ ആ മരക്കഴുത അമ്മാവനോട് പറഞ്ഞത് സൈനിന് ദാമ്പത്യജീവിതം വേണ്ടെന്ന്."

"എടാ, നീ വർത്തമാനം പറയാനൊക്കെ പഠിച്ചുപോയല്ലോ. ദാമ്പത്യജീവിതം ആവില്ലെന്നാണ് പറഞ്ഞതെന്ന് ഉറപ്പാണോ?"

മെഹജബ് ചോദിച്ചു.

"ഇമാമിന് നിന്നോട് അസൂയയായിരിക്കും. ആ പെൺകുട്ടിയെ വിവാഹം കഴിക്കണമെന്ന് ഒരുപക്ഷേ അയാൾ മോഹിക്കുന്നുമുണ്ടാകും." – റയീസ്.

"അവളെന്റെ മുറപ്പെണ്ണാണെന്ന് എല്ലാർക്കും അറിയുന്നതല്ലേ. അയാൾ പോയി അയാളുടെ മുറപ്പെണ്ണിനെ തെരഞ്ഞുപിടിച്ച് കല്യാണം കഴിക്കട്ടെ." – സൈൻ.

"വിവാഹം അടുത്ത വ്യാഴാഴ്ച."

മെഹജബ് തറപ്പിച്ചുതന്നെ പറഞ്ഞു.

"പിന്നീട് ആൾക്കാർ അതുമിതും പറയുമ്പോൾ വിഡ്ഢിക്കളി കളിക്കരുത്."

സൈൻ ഒന്നും മിണ്ടിയില്ല.

"നീ കേൾക്കുന്നുണ്ടോ? ആട്ടേ നിന്നോടാരാ ഇക്കാര്യം പറഞ്ഞത്?"

"അവള് തന്നെ."

സൈനിന്റെ മുഖത്ത് നാണം.

മെഹജബ് പെട്ടെന്ന് കാലുനീട്ടി ഇരിപ്പ് നേരെയാക്കി. മുഖത്ത് അമ്പരപ്പ്.

"അവൾ നിന്നോട് നേരിട്ട് സംസാരിച്ചെന്നോ?"

"ഇന്ന് രാവിലെ അവൾ എന്റെ വീട്ടിൽവന്ന് ഉമ്മയുടെ മുന്നിൽ വച്ചാണ് പറഞ്ഞത്. വ്യാഴാഴ്ചയാണ് നമ്മുടെ വിവാഹം. ഞാനും നീയും ഭാര്യയും ഭർത്താവുമാകും. എന്നിട്ട് ഒരുപാട് കാലം ജീവിക്കും."

"ഉള്ളതാണോ നീ പറയുന്നത്. എങ്കിൽ ആ പെൺകുട്ടി തീർച്ചയായും പ്രശംസ അർഹിക്കുന്നു."

പറയുമ്പോൾ മെഹജബിന്റെ ശബ്ദം ഉയർന്നു.

"കേട്ടില്ലേ, അവൾ നേരിട്ടുചെന്ന് സംസാരിച്ചെന്ന്. ഇതുപോലെ

മറ്റൊരു സ്ത്രീയെ കണ്ടുമുട്ടുകയാണെങ്കിൽ തീർച്ചയായും ഞാനെന്റെ ഭാര്യയെ മൊഴിചൊല്ലി അവളെ കെട്ടും."

ചായയുമായി എത്തിയ സയ്യീദിനോട് മെഹജബ് പറഞ്ഞു.

"നല്ല തന്റേടമുള്ള കുട്ടിയാ. എല്ലാം വിചാരിച്ചതുപോലെ നടക്കുമെന്ന് നമുക്ക് പ്രതീക്ഷിക്കാം." സയ്യീദ്.

കുറച്ചുനേരത്തേക്ക് ആർക്കും അനക്കമില്ല. തികഞ്ഞ നിശ്ശബ്ദത. പക്ഷേ, മെഹജബ് അപ്പോൾ മനസിൽ പരിപാടികൾ ഒരുക്കുകയായിരുന്നു. ചുറ്റും നോക്കിയിട്ട് പെട്ടെന്ന് പറഞ്ഞു.

"ആ പെൺകുട്ടി സൈനിന് തീർച്ചയായും ഒരു തുണയായിരിക്കും. സംശയമില്ല."

സൈൻ പതിവുപോലെ ഉറക്കെ ശബ്ദമുണ്ടാക്കിക്കൊണ്ട് ചായ വലിച്ചു കുടിച്ചു. പെട്ടെന്ന് കപ്പ് താഴെ വച്ചിട്ട് അവൻ അലറിച്ചിരിക്കാൻ തുടങ്ങി.

"നിങ്ങളുടെ മുന്നിൽവച്ച് ഹനീൻ പറഞ്ഞതുപോലെ ഞാനിതാ ഈ നാട്ടിലെ ഏറ്റവും സുന്ദരിയായ പെൺകുട്ടിയെ വിവാഹം കഴിക്കാൻ പോകുന്നു."

സ്ത്രീകൾ വിവാഹസമയത്ത് കുരവയിടുന്നതുപോലെയുള്ള ശബ്ദമുണ്ടാക്കിക്കൊണ്ട് അവൻ ഉറക്കെ വിളിച്ചുകൂവി.

"നാട്ടുകാരേ... കൂട്ടുകാരേ.. കേട്ടോളിൻ.. ഹാജി ഇബ്രാഹിമിന്റെ മകൾ സൈനിനെ കീഴടക്കിയിരിക്കുന്നു."

അതിനുശേഷം അവൻ ഒരക്ഷരം മിണ്ടിയില്ല.

അപ്പോൾ പള്ളിയിൽ സയിഫുദ്ദീന്റെ ബാങ്കുവിളി ഉയർന്നു. അതും ഇമാമിന്റെ വിജയം തന്നെ. പള്ളിമുറ്റത്തുപോലും ചെല്ലാത്ത സയിഫുദ്ദീൻ ബാങ്കുവിളിക്കുന്നു! മെഹജബ് ഒന്നു ചുമച്ചു. അഹമ്മദ് ഇസ്മായിൽ പാദങ്ങൾ വെറുതെ ചലിപ്പിച്ചു. ഹഫീസാകട്ടെ നെടുവീർപ്പിട്ടു. താഹർ റവാസി ഒന്നു ചാഞ്ഞു. സയ്യീദ് പറഞ്ഞു:

"അല്ലാഹുവല്ലാത്ത ഒരിലാഹുമില്ല."

അതിനുശേഷം അയാൾ പിറുപിറുത്തത് മറ്റാരും കേട്ടില്ല.

ഹമദ് റയിസ് കൈയിൽ പറ്റിപ്പിടിച്ച മൺതരികൾ തട്ടിമാറ്റി.

ബാങ്കുവിളി കഴിഞ്ഞതും ഇമാം പള്ളിമുറ്റത്ത് ഇറങ്ങിനിന്ന് ഉറക്കെ വിളിച്ചുപറഞ്ഞു.

"നമസ്കാരത്തിന് സമയമായി.... നമസ്കാരത്തിന് സമയമായി..."

അവർ അത് കേട്ടില്ലെന്ന് നടിച്ചു. മറ്റുള്ളവർ പള്ളിയിൽ ഒത്തുകൂടിയപ്പോൾ സംഘക്കാർ ഭക്ഷണം കഴിക്കാനുള്ള ഒരുക്കങ്ങൾ തുടങ്ങി. ഇമാമിന് ഭക്ഷണം കൊടുത്തയയ്ക്കാൻ അവർ മറന്നില്ല. സയ്യീദിന്റെ കടയിലെ വിളക്കിന്റെ വെട്ടത്തിൽ അവർ ഭക്ഷണം കഴിക്കാനായി വട്ടത്തിൽ ഇരുന്നു. ഒരു നീണ്ട ദിവസത്തിന്റെ തളർച്ച എല്ലാവരുടെയും മുഖത്ത് കാണാമായിരുന്നു. കോഴി പൊരിച്ചതും ആട്ടിറച്ചി വരട്ടിയതുമെത്തി. തീരുന്നതനുസരിച്ച് തളിക നിറഞ്ഞുകൊണ്ടിരുന്നു. അവരുടെ

മക്കൾ വിളമ്പാനായി കാത്തുനിന്നു. അവരുടെ ഭാര്യമാർ പുലർന്നതുമുതൽ അടുക്കളയിൽ കിടന്ന് വിയർത്തുപണിയെടുത്തത് ഈ ഒരുനേരത്തെ ഭക്ഷണമൊരുക്കാൻ വേണ്ടിയായിരുന്നു. കറികൾ കുഴിയുള്ള പിഞ്ഞാണങ്ങളിലും കോഴി പൊരിച്ചത് അണ്ഡാകൃതിയിലുള്ള പ്ലേറ്റിലും മുന്നിലെത്തി. ചോറ്, ചപ്പാത്തി, പതുപതുത്ത റൊട്ടി, മീൻ, പച്ചക്കറി, മുള്ളങ്കിയും ഉള്ളിയും തക്കാളിയും ചേർത്ത സാലഡ് എന്നിവയുണ്ട്. എന്തു കഴിക്കണമെന്നതിനെക്കുറിച്ച് അവർക്ക് പ്രത്യേക നിബന്ധനകളൊന്നുമില്ല. വായ്ക്ക് രുചിയുള്ളതെല്ലാം മൂക്കുമുട്ടെ തിന്നും. ഭക്ഷണസമയത്ത് പേശികൾ അയയും. സംസാരത്തിന് മൂർച്ച കൂടും. വായ നിറയെ എന്തെങ്കിലുമൊക്കെ കുത്തിക്കയറ്റി ശബ്ദമുണ്ടാക്കി ചവച്ചരയ്ക്കുന്നതിനിടയിലാണ് സംസാരം. അവരുടെ പല്ലുകൾ കൂട്ടിമുട്ടുന്ന ശബ്ദം നിങ്ങൾക്കും കേൾക്കാം. വെള്ളം തൊണ്ടയിൽക്കൂടി 'ഗർ ഗർ' എന്ന് ഇറങ്ങിപ്പോകുന്ന ഒച്ചയും കേൾക്കാം. അതിനുശേഷം ഉറക്കെ ഏമ്പക്കം വിടുന്നത് കേട്ടാൽ തീറ്റ അവസാനിച്ചു എന്ന് മനസിലാക്കാം.

കാലിപ്പാത്രങ്ങൾ എടുത്തുകൊണ്ടുപോകുന്നതോടെ ചായ എത്തുന്നു. അവർ മണ്ണിൽ സ്വസ്ഥമായി ഇരുന്ന് സിഗരറ്റ് തീ കൊളുത്തുകയും ചായഗ്ലാസ് കൈയിലെടുക്കുകയുംചെയ്യുന്നത് ഒന്നിച്ചാണ്. അപ്പോഴേക്കും പള്ളിയിൽ രാത്രി നമസ്കാരം കഴിഞ്ഞ് ആളുകൾ പിരിഞ്ഞിരിക്കും. ഇളംകാറ്റേൽക്കുമ്പോൾ അവരുടെ മനസും ശരീരവും ഒരുപോലെ തണുക്കുന്നു. അവരുടെ സ്വരങ്ങളിൽ സംതൃപ്തി. ഇമാമിന്റെ പിറകിൽ നമസ്കാരത്തിനായി തോളോടുതോൾ ചേർന്നു നിൽക്കുന്ന ഭക്തന്മാർക്കുണ്ടാകുന്ന അതേ സംതൃപ്തി. അത്തരം സന്ദർഭങ്ങളിൽ മെഹജബിന്റെ തീവ്രമായ കണ്ണുകൾ ചുറ്റും സഞ്ചരിക്കും. വിളക്കിന്റെ വെളിച്ചം അവസാനിക്കുന്നിടത്ത് കാണുന്ന പ്രകാശരേഖയുടെ തുടക്കം എവിടെ നിന്നാണ്? എവിടെ അവസാനിക്കുന്നു? ചിന്ത കാടുകയറും. അന്നേരം അയാൾ ഒന്നും മിണ്ടാറില്ല. മറ്റുള്ളവർ പറയുന്നത് കേൾക്കാറുമില്ല. അപ്പോഴാണ് കല്ല് വന്ന് വെള്ളത്തിൽ വീഴുന്നതുപോലെ വദ്റയീസിന്റെ പറച്ചിൽ:

"അള്ളാഹു അല്ലാതെ ഒരിലാഹുമില്ല. അവനാണ് മേലധികാരി."

നദീതീരത്തുനിന്ന് ആരോ എന്തോ വിളിച്ചുപറയുന്നത് കേൾക്കാനെന്നപോലെ അഹമ്മദ് ഇസ്മയിൽ അങ്ങോട്ട് കാതോർക്കും. ആ കനത്ത നിശ്ശബ്ദതയിൽ അബ്ദുൽ ഹഫീസിന്റെ വിരലിൽ ഞൊട്ടപൊട്ടിക്കുന്ന ശബ്ദത്തിനുപോലും മുഴക്കം. താഹർ റവാസി നെടുവീർപ്പിട്ടുകൊണ്ട് പറയും:

"കാലം ആർക്കുവേണ്ടിയും കാത്തു നിൽക്കില്ല കൂട്ടരേ."

ഒൻപത്

"**അ**യ്യൂയീ, അയ്യൂയീ, അയ്യൂയാ..."

ആദ്യം കുരവയിട്ടത് സൈനിന്റെ ഉമ്മയായിരുന്നു.

മകന്റെ വിവാഹമായതുകൊണ്ട് അവർ സന്തോഷത്താൽ മതി മറന്നു.

"മരിക്കുന്നതിന് മുമ്പ് നിന്റെ കല്യാണംകൂടി കാണണം."

എല്ലാ ഉമ്മമാരും മക്കളോട് പറയാറുള്ള പതിവു ചൊല്ല്. സൈനാകട്ടേ അവരുടെ ഏക സന്തതി. അവനാണെങ്കിൽ മറ്റുള്ളവരെപ്പോലെയല്ല. കാണാൻ ചേലില്ല. പോരെങ്കിൽ അരവട്ടും. തന്റെ കാലം കഴിയാറായിട്ടും സൈനിനെ ഒരു വഴിക്കാക്കാൻ കഴിയാത്ത വേവലാതിയിലായിരുന്നു അവർ. തന്റെ കാലശേഷം അവന് ആരുണ്ട് ഒരു തുണ എന്ന ചിന്ത അവരുടെ ആധി വർധിപ്പിച്ചു. ഈ വിവാഹം അവരുടെ മനസ്സ് തണുപ്പിച്ചിരിക്കയാണ്. നാട്ടിലെ എല്ലാ വിവാഹങ്ങൾക്കും അവർ പോകാറുണ്ട്. അവരെയെല്ലാം ക്ഷണിച്ച് സദ്യകൊടുക്കാൻ ഇതാ അള്ളാഹു അവർക്കും അവസരം നൽകിയിരിക്കുന്നു. കല്യാണങ്ങൾക്ക് അവർ വെറുംകൈയുമായി പോകുന്ന പതിവില്ല. തന്നാലാകുന്നപോലെ എന്തെങ്കിലും സമ്മാനം കൊടുക്കും. ഇവരെന്തിനാ ഇല്ലാത്ത കാശുണ്ടാക്കി സമ്മാനം കൊടുക്കുന്നത്? ഇതെപ്പോൾ മടക്കിക്കിട്ടുമെന്നാണാവോ തള്ള കരുതുന്നത്? സൈൻ എന്നെങ്കിലും കല്യാണം കഴിക്കുമെന്ന് ആ പാവം മോഹിക്കുന്നുണ്ടാവും. പെറ്റ തള്ളയ്ക്ക് അങ്ങനെയല്ലാതെ തോന്നുമോ? നാട്ടുകാർ അവർ കേൾക്കാതെ പറയാറുണ്ട്. സൈനിന്റെ വിവാഹം നാട്ടുകാരെ ഒന്നടങ്കം അത്ഭുതപ്പെടുത്തി. കണ്ട അലവലാതിപ്പെണ്ണിനെയൊന്നുമല്ല സൈൻ വിവാഹം കഴിക്കുന്നത്. നാട്ടിലെ പ്രമാണിയും പണക്കാരനുമായ ഇബ്രാഹിം ഹാജിയുടെ ഏകമകൾ സുന്ദരിക്കുട്ടിയായ നയി

മയാണ് അവന്റെ വധു. ഉന്നതകുടുംബത്തിൽ പിറന്ന നയിമയെ എല്ലാവർക്കും ഇഷ്ടമാണ്. അഹങ്കാരം തൊട്ടുതീണ്ടിയിട്ടില്ലാത്ത കുട്ടി. അവൾ ചുകന്ന ഇഷ്ടികകൊണ്ടുണ്ടാക്കിയ സൈനിന്റെ വീട്ടിലേക്ക് വലതുകാൽ വച്ച് കയറാൻ പോകുന്നു (ഗ്രാമത്തിലെ വീടുകളെല്ലാം ചുവന്ന ഇഷ്ടികകൊണ്ടാണ് പണിതിരിക്കുന്നത്). തല ഉയർത്തിപ്പിടിച്ചുകൊണ്ട് തന്റേടത്തോടെ ആയിരിക്കും അവൾ ആ വീട്ടിലേക്ക് കയറുക. വലതുകാൽ വച്ച് അകത്തുകയറുന്ന അവളെ കൂടെ വന്ന അതിഥികളും അനുഗമിക്കും. അപ്പോൾ പെണ്ണുങ്ങൾ ഉറക്കെ കുരവയിടും. അതോടെ അവളായി ആ വീട്ടിലെ നായിക. അവൾ സൈനിന്റെ ഉമ്മയ്ക്ക് തീർച്ചയായും ഒരു തുണയായിരിക്കും. സൈനിനെ അവൾ പൊന്നുപോലെ നോക്കും. അവൾക്കെന്തുവന്നാലും സഹായത്തിന് നാട്ടുകാരുണ്ടാവും. എല്ലാവരുടെയും ലാളനയേറ്റ് അവൾ അവിടെ സസുഖം ജീവിക്കും. വിധി അനുവദിക്കുകയാണെങ്കിൽ മക്കളെയും പേരമക്കളെയും താലോലിക്കാനും അവൾക്ക് ഭാഗ്യമുണ്ടാകും. ആഹ്ലാദത്തോടെ കുരവ വിളിച്ചപ്പോൾ ഇത്തരം ചിന്തകളായിരുന്നു സൈനിന്റെ ഉമ്മയുടെ മനസിൽ. അവർ സന്തോഷത്തോടെ വീണ്ടും വീണ്ടും കുരവയിട്ടു.

ബന്ധുക്കളും അയൽക്കാരും കൂട്ടുകാരും നാട്ടുകാരും അവരുടെ സന്തോഷത്തിൽ പങ്കുചേർന്നു.

പക്ഷേ, ഈ അത്ഭുതം എങ്ങനെ സംഭവിച്ചു എന്നതിൽ ആൾക്കാർ അപ്പോഴും ഭിന്നാഭിപ്രായക്കാരായിരുന്നു.

"സൈനിനെ വിവാഹം കഴിക്കൂ, നിനക്ക് നല്ലതുവരും."

എന്ന് ഹനീൻ പറയുന്നതായി നയിമ കിനാവുകണ്ടു എന്നാണ് പാൽക്കാരി ഹലീമ ആമിനയോട് പറഞ്ഞത്. അവൾ രാവിലെ എഴുന്നേറ്റ് വീട്ടുകാരോട് കാര്യം പറഞ്ഞപ്പോൾ അവരും സമ്മതിച്ചത്രേ. ആമിന പക്ഷേ അത് വിശ്വസിക്കാൻ തയാറായില്ല.

"നാളെ നിങ്ങൾ ഒരുപക്ഷേ സൈനിന്റെ വിവാഹസദ്യയിൽ പങ്കെടുക്കേണ്ടിവരും."

പെണ്ണുങ്ങൾ കൂട്ടംകൂടിനിന്ന് സൈനിനെ പരിഹസിക്കുന്നതുകണ്ട് നയിമ കോപം അടക്കി പറഞ്ഞു എന്നാണ് തുഫേരി സ്കൂളിലെ ചങ്ങാതിമാരോട് പറഞ്ഞിരിക്കുന്നത്. അപ്പോൾത്തന്നെ അവൾ വീട്ടിൽച്ചെന്നു താൻ സൈനിനെ മാത്രമേ വിവാഹം കഴിക്കൂ എന്ന് ഉമ്മയോടും ബാപ്പയോടും പറഞ്ഞത്രേ. അവർ സമ്മതിക്കുകയും ചെയ്തു.

"നീ എന്നെ വിവാഹം കഴിക്കുമോ?"

നടുറോഡിൽ വെച്ച് സൈൻ ചോദിച്ചപ്പോൾ നയിമ തലകുലുക്കി സമ്മതിച്ചത്രേ. ഉടൻ സൈനിന്റെ വീട്ടുകാർ ആലോചനയുമായി ഇബ്രാഹിം ഹാജിയെ കാണാൻ ചെന്നു. അദ്ദേഹത്തിന് എതിരൊന്നുമില്ലായിരുന്നു. ചന്തയിൽ കൂട്ടം കൂടിനിന്ന ജനങ്ങളോട് അബ്ദുൽ ഹഫീസ് പറഞ്ഞതിങ്ങനെയാണ്.

തൻപോരിമയും വിവേകവുമുള്ള നയിമ സൈനിന്റെ ദയനീയ

സ്ഥിതി കണ്ട് ത്യാഗബുദ്ധിയോടെ വിവാഹത്തിന് സമ്മതിച്ചതായിരിക്കാനാണ് സാധ്യത. കാരണം അവൾ അത്തരം സ്വഭാവക്കാരിയാണ്. നയിമ ഒരു വശത്തും ഉമ്മയും ബാപ്പയും എതിർവശത്തുമായി ആ വീട്ടിൽ ഉഗ്രനൊരു പോരു നടന്നിരിക്കാനിടയുണ്ട്. ദൂരെയുള്ള സഹോദരങ്ങൾക്ക് ഉടൻ എഴുത്തിട്ടു. മൂത്തവർ രണ്ടുപേരും എതിർത്തു. പക്ഷേ ഇളയ സഹോദരൻ നയിമയുടെ പക്ഷത്തായിരുന്നു.

"നയിമ കാര്യവിവരമുള്ള കുട്ടിയാണ്. അവളുടെ ഭർത്താവിനെ തെരഞ്ഞെടുക്കാൻ അവൾക്ക് സ്വാതന്ത്ര്യമുണ്ട്. അവളെ അവളുടെ പാട്ടിനു വിടുക."

അയാൾ എഴുതിയത്രേ. ഉടൻ ഇബ്രാഹിം ഹാജി എല്ലാവരേയും വിളിച്ചുകൂട്ടി വിവാഹത്തീയതി ഉറപ്പിക്കുകയും ചെയ്തു. ഇങ്ങനെ ഓരോന്നു പറയുമ്പോഴും ഹനീന്റെ പ്രവചനം ആരും മറന്നില്ല. എല്ലാം ഹനീന്റെ അനുഗ്രഹംകൊണ്ട് നടന്നതാണെന്നായിരുന്നു ഭൂരിപക്ഷാഭിപ്രായം. അന്നേദിവസം ആരും സൈനിനെ പരിഹസിച്ചില്ല. കളിയാക്കി ചിരിച്ചുമില്ല. അവന്റെ ഉമ്മയുടെ സന്തോഷത്തിൽ പങ്കുചേരുകയും അത്ഭുതത്തോടെ സൈനിനെത്തന്നെ നോക്കിക്കൊണ്ടിരിക്കുകയും ചെയ്തു. അവൻ പെട്ടെന്ന് മഹാനായതുപോലെ അവർക്കു തോന്നി. സൈനിന്റെ ഉമ്മയോടൊപ്പം അവരും കുരവയിട്ടു.

"അയ്യോയീ... അയ്യോയു... അയ്യോയ്യാ...."

അവിടെ നടക്കുന്നത് തന്റെമാത്രം വിവാഹമല്ലെന്ന് സൈനിന് തോന്നി. കുരവയിടുന്ന ഓരോ സ്ത്രീയുടെയും ശബ്ദം അവൻ പ്രത്യേകം തിരിച്ചറിഞ്ഞു. അതാ, അബ്ദുള്ളയുടെ മകൾ. എത്ര മധുരവും ശക്തവുമാണ് അവളുടെ സ്വരം. മറ്റുള്ളവരുടെ വിവാഹഘോഷങ്ങളിൽ അവൻ പലതവണ കേട്ട സ്വരം എങ്ങനെ മറക്കും? അവൾ ഒരു വൃദ്ധകന്യകയാണെങ്കിലും മറ്റുള്ളവരുടെ ഇടയിൽ അവൾ എപ്പോഴും സന്തോഷിച്ചേ കണ്ടിട്ടുള്ളൂ. അതാ അടുത്ത സ്വരം... അജോജ്... അജോജ്... അജോജു... അജോജാ...

അത് സൽമയാണ്. സുന്ദരിയായ സൽമയെ ജാ എന്നാണ് വിളിക്കുക. തൊട്ടാവാടിയായ അവളുടെ സൗന്ദര്യം അവളെ ഒരുതരത്തിലും തുണച്ചില്ല. പലതവണ വിവാഹം കഴിക്കുകയും വിവാഹമോചനം നേടുകയും ചെയ്തെങ്കിലും ഒരു കുഞ്ഞിക്കാലു കാണാനുള്ള യോഗം അവൾക്കുണ്ടായില്ല. അവൾ തമാശക്കാരിയാണ്. സൈനിനോട് കളിതമാശ പറയാതെ അവൾ പോകാറില്ല. എന്നും ചിരിച്ചും കളിച്ചും നടക്കാനാണ് അവൾക്കിഷ്ടം. കണ്ടില്ലേ ആഹ്ലാദത്തോടെ വീണ്ടും കുരവ വിളിക്കുന്നത്.

"അയ്യോയ... അയ്യോയു... അയ്യോയ്യാ..."

ആമിനയുടെ അസംതൃപ്തമായ സ്വരം സൈൻ പെട്ടെന്ന് തിരിച്ചറിഞ്ഞു. ആമിനയെ നിങ്ങൾക്കോർമയില്ലേ? മകനുവേണ്ടി നയിമയെ കല്യാണമാലോചിച്ച ആമിന തന്നെ. നയിമയുടെ വീട്ടുകാർ അന്നു പറഞ്ഞ

ഉത്തരം ഇന്നും ആമിനയുടെ ഉള്ളിലുണ്ട്. നിങ്ങൾക്കോർമയില്ലേ? അതേ, അതുതന്നെ നയിമക്ക് കല്യാണപ്രായമായിട്ടില്ലെന്ന്.

ആവാ... ആവൂ.. അത് പൊട്ടത്തി ആഷ്മാന. മിണ്ടാൻ വയ്യെങ്കിലും സൈനിന്റെ കല്യാണത്തിന് അവൾക്കും കുരവയിടണം. ആഹ്ലാദിക്കണം. സൈൻ അവളുടെ ഉറ്റ ചങ്ങാതിയാണ്.

അപ്പോഴേക്കും ഹാജി ഇബ്രാഹിമിന്റെ വീട്ടിൽനിന്നും കുരവ മുഴങ്ങി. അനേകംപേരുടെ ഉറക്കെ ഉറക്കെയുള്ള ആഹ്ലാദസ്വരം വിധവകളുടെ മനസിളക്കാൻ പോന്നതായിരുന്നു. സൈനിന്റെ വിവാഹത്തിന് കുരവയിടാത്ത ഒറ്റ സ്ത്രീപോലും ആ നാട്ടിലുണ്ടായിരുന്നില്ല.

സൈനിന്റെ വീട് തിങ്ങിനിറഞ്ഞു. അകത്തും പുറത്തും ആൾക്കൂട്ടം. നിന്നു തിരിയാൻ ഇടമില്ല. ഹാജി ഇബ്രാഹിമിന്റെ വീട്ടിലെ സ്ഥിതിയും അതുതന്നെ. എന്നിട്ടും സ്ഥലം തികയാതെവന്നപ്പോൾ അതിഥികളെ അബ്ദുൽ ഹഫീസ്, സയീദ്, താഹർ റവാസി, ഹമദ് വദ് റയീസ്, അഹമ്മദ് ഇസ്മായിൽ തുടങ്ങിയവരുടെ വീടുകളിൽ ഇരുത്തി. എന്തിന് ഹെഡ്മാസ്റ്ററുടെ വീട്ടിൽപോലും നിറയെ ആളുകളായിരുന്നു. എന്നിട്ടും ബാക്കിവന്നവർ ഖാസിയുടെ വീട്ടിൽ കൂടി.

"ഇങ്ങനെയൊരു വിവാഹം ഞാനെന്റെ ജീവിതത്തിൽ കണ്ടിട്ടില്ല."

ഷെയിക്ക് അലി അബ്ദുൽ സമദിനോട് പറഞ്ഞു.

"സൈൻ കല്യാണം കഴിച്ചില്ലായിരുന്നെങ്കിൽ ഞാനെന്റെ ഭാര്യയെ തീർച്ചയായും മൊഴിചൊല്ലിയേനെ. കല്യാണമായാൽ ഇങ്ങനെ വേണം."

മറുപടിയായി അബ്ദുൽ സമദ് പറഞ്ഞു.

പള്ളിയിൽ വച്ചായിരുന്നു നിക്കാഹ്. ഇമാമിന്റെ കാർമികത്വത്തിൽ. മെഹജബായിരുന്നു വരന്റെ ആളായി നിന്നത്. ഇബ്രാഹിം ഹാജി സൈനിന്റെ കൈപിടിച്ച് ഇമാം ചൊല്ലിക്കൊടുത്തത് ഏറ്റുചൊല്ലി.

"എന്റെ മകൾ നയിമയെ നൂറുപവൻ മെഹറായിത്തന്ന് ഹലാലായ ഭാര്യയാക്കി ഇണയാക്കിത്തന്നിരിക്കുന്നു."

"ഞാൻ സ്വീകരിച്ചിരിക്കുന്നു."

സൈനിന്റെ സ്വരം.

മെബജബാണ് സ്ത്രീധനത്തട്ടം സദസിൽ വെച്ചത്. സ്വർണത്തിന്റെ തിളക്കം എല്ലാവരുടെയും കണ്ണു മഞ്ഞളിപ്പിച്ചു. അതിനുശേഷം ഇമാം എഴുന്നേറ്റ്നിന്നു പറഞ്ഞു.

"ഈ വിവാഹത്തിന് ഞാൻ തുടക്കംമുതൽ എതിരായിരുന്നു. എങ്കിലും അള്ളാഹുവിന്റെ വിധി ഇതാകയാൽ എല്ലാം മംഗളമായി നടന്നിരിക്കുന്നു. കരുണാനിധിയായ അള്ളാഹു ഇരുവർക്കും ഇഹത്തിലും പരത്തിലും സന്തോഷവും സമാധാനവും നൽകട്ടേ."

"ആമീൻ."

എല്ലാവരും ഒന്നിച്ചുപറഞ്ഞു.

അക്കൂട്ടത്തിൽ സൈനിന്റെ ഉമ്മ മാത്രമായിരുന്നു ഒരേയൊരു സ്ത്രീ. ജനങ്ങൾ സൈനിനെ നോക്കിയപ്പോൾ അവൻ തലകുനിച്ചു.

"അയാൾ കല്യാണത്തിന് എതിരുനിന്ന കാര്യം ഇപ്പോൾ ഇവിടെ വിളമ്പേണ്ട കാര്യമെന്താ?"

മെഹജബ് അബ്ദുൽ ഹഫീസിന്റെ കാതിൽ പിറുപിറുത്തു.

ഇമാം എഴുന്നേറ്റ് സൈനിന്റെ തലയിൽ കൈവച്ച് അനുഗ്രഹിക്കുന്നതുകണ്ട് എല്ലാവർക്കും അത്ഭുതം. സൈൻ പകച്ച മട്ടിൽ നോക്കിയപ്പോൾ ഇമാം അവന്റെ കൈ പിടിച്ച് വികാരവിവശനായി പറഞ്ഞു.

"അഭിനന്ദനങ്ങൾ. നല്ല സന്തതികളെ തന്നുകൊണ്ട് അള്ളാഹു നിന്റെ കുടുംബത്തെ അനുഗ്രഹിക്കട്ടെ."

സൈനിന്റെ മുഖത്തെ ഭാവമാറ്റം കണ്ട് അഹമ്മദ് ഇസ്മായിൽ കണ്ണുരുട്ടി. അപ്പോൾ സൈൻ തലകുനിച്ചു.

ഇടിവെട്ടുന്ന പോലെ പെരുമ്പറ മുഴങ്ങി.

"കേട്ടില്ലേ, സൈനിന്റെ കല്യാണം കൊട്ടിഘോഷിക്കുകയാണ് ചെണ്ട."

അബ്ദുല്ലയുടെ മകൾ സൽമയോട് ആരോ പറഞ്ഞു. അപ്പോൾ സൽമ മധുരസ്വരത്തിൽ കുരവയിട്ടു.

ബദുക്കൾ ഒട്ടകപ്പുറത്തുകയറിയാണ് സദ്യക്കെത്തിയത്. കൂട്ടം മുഴുവനുമുണ്ടായിരുന്നു. താഹർ റവാസി അവരെ അടുത്ത വീട്ടിൽ സ്വീകരിച്ചിരുത്തി. അവരുടെ ഒട്ടകങ്ങളെ തളച്ച് പുല്ലും വെള്ളവും കൊടുക്കാൻ ഏർപ്പാടു ചെയ്തു.

നദിക്കരയിൽനിന്നും മറുകരയിൽനിന്നും ആളുകളെത്തി.

നൈലിന്റെ മറുകരയിലുള്ളവർ വള്ളങ്ങളിലാണ് എത്തിച്ചേർന്നത്. ഉൾനാടുകളിലുള്ളവർ കുതിരപ്പുറത്തും കഴുതപ്പുറത്തുമായി എത്തിച്ചേർന്നു. ദൂരസ്ഥലങ്ങളിൽ നിന്നുള്ളവർ ലോറികളിലാണ് എത്തിയത്. ഗ്രാമത്തിലെ വീടുകളെല്ലാം അതിഥികളെക്കൊണ്ടുനിറഞ്ഞു. 'സംഘക്കാർ' ഓരോരുത്തരെയും വേണ്ടമട്ടിൽത്തന്നെ സ്വീകരിച്ചു. പക്ഷേ സംഘത്തിലുള്ളവർക്ക് ഒരു തുള്ളി വെള്ളമിറക്കാൻപോലും ഇടകിട്ടിയില്ല. അതിഥികൾക്ക് ഒരു കുറവും വരരുതെന്ന ഒറ്റ ചിന്തയെ അവർക്കുണ്ടായിരുന്നുള്ളൂ.

എങ്ങും ആഹ്ലാദം. പെണ്ണുങ്ങളുടെ മധുരസ്വരം. പെരുമ്പറയുടെ മാറ്റൊലികൾ. ഒമദ അഞ്ചു വെടിയുണ്ടകൾ ഒന്നിച്ചുതീർത്തപ്പോൾ ആളുകൾ സന്തോഷത്തോടെ തുള്ളിച്ചാടി.

"അവർക്കെല്ലാം കൊടുക്കാൻ മാത്രം ഭക്ഷണം ഒരുക്കിയിട്ടുണ്ടോ?" എന്ന ആമിനയുടെ ചോദ്യം സാദിയ്യ കേട്ടതായി നടിച്ചില്ല.

ആടുകളെയും ഒട്ടകങ്ങളെയും അറുത്ത് കുന്നുകൂട്ടിയിരുന്നു. വന്നവർക്കെല്ലാം മതിവരുവോളം തിന്നുവാനും കുടിക്കുവാനും വിളമ്പി.

സൈൻ ഒരു മയിലിനെപ്പോലെ തോന്നിച്ചു. വെള്ളപ്പട്ടിൽ മഞ്ഞ ഞൊറി വച്ച ഒരു കഫത്താനായിരുന്നു സൈൻ അണിഞ്ഞിരുന്നത്. അതിനുമീതെ ഞൊറികളുള്ള കാറ്റിൽ ഉലഞ്ഞാടുന്ന നീൽവെൽവെറ്റ് മേലങ്കി. തലയിൽ മുന്നോട്ടാഞ്ഞു നിൽക്കന്ന കിന്നരിത്തലപ്പാവ്. കൈവിരലിലെ

സർപ്പാകൃതിയിലുള്ള മോതിരത്തിൽ നിറയെ വെട്ടിത്തിളങ്ങുന്ന കല്ലുകൾ. അവ പകൽവെളിച്ചത്തിലും വിളക്കിന്റെ ശോഭയിലും ഒരുപോലെ മിന്നിത്തിളങ്ങി. പാമ്പിന്റെ തലയിലെ മാണിക്യം അതാ ലങ്കി മറിയുന്നു. കൈയിൽ മുതലത്തോലികൊണ്ടുള്ളവടി. ചുറ്റും നടക്കുന്ന മേളങ്ങൾ കണ്ട് മദ്യപിക്കാതെ തന്നെ അവന്റെ തലയ്ക്ക് മത്തുപിടിച്ചു. കൈയിലെ വടി ചുഴറ്റിക്കൊണ്ട് അവൻ അഹ്ലാദത്തോടെ അതിഥികൾക്കിടയിൽ ചുറ്റിനടന്നു. ഉറക്കെ ചിരിച്ചു. ചിലരെ ആലിംഗനം ചെയ്തു. ഭക്ഷണം വിളമ്പുന്നിടത്തും അവനുണ്ടായിരുന്നു. അവർ നന്നായി ഭക്ഷണം കഴിച്ചില്ലെങ്കിൽ അവൻ ഭാര്യയെ മൊഴിചൊല്ലും എന്ന് ഇടയ്ക്കിടെ ഭീഷണിയും മുഴക്കുന്നുണ്ടായിരുന്നു.

"നീ ഇപ്പോൾ പഴയ സൈനല്ല. അതുകൊണ്ട് വിവാഹമോചനത്തെക്കുറിച്ചൊക്കെ പറയുമ്പോൾ രണ്ടാമതൊന്നുകൂടി ആലോചിക്കണം."

മെഹജബ് താക്കീതു ചെയ്തു.

നഗരത്തിലെ പ്രമാണിമാരും കച്ചവടക്കാരും ഉയർന്ന സർക്കാരുദ്യോഗസ്ഥരും എത്തി. അപ്പോഴേക്കും കാട്ടിൽനിന്ന് നാടോടികളും എത്തിച്ചേർന്നു.

ഏറ്റവും നല്ല പാട്ടുകാർ, ചെണ്ടമേളക്കാർ, നർത്തകർ എല്ലാവരും ഒത്തു ചേർന്ന മേള. നാട്ടിലെ ഏറ്റവും കേളികേട്ട ഗായിക ഫാത്തിമയുടേതായിരുന്നു പാട്ടുകച്ചേരി.

"പാടുക നീ നാവേ.. അനുഗ്രഹം ചൊരിയുക നീ...
സുന്ദരനായ സൈനിതാ വിവാഹിതനാകുന്നു."

അവർ സൈനിനെ ഉന്തിത്തള്ളി നർത്തകരുടെ ഇടയിലെത്തിച്ചു. അവൻ വടി ഉയർത്തി പാട്ടുകാരിയെ അനുഗ്രഹിച്ചിട്ട് ഒരു പുത്തൻ നോട്ട് അവളുടെ നെറ്റിയിൽ വച്ചു. മലവെള്ളപ്പാച്ചിൽ പോലെ കുരവ മുഴങ്ങി.

പ്രതിഷേധങ്ങളും മുഴങ്ങുന്നുണ്ടായിരുന്നു. മരുപ്പച്ചയിലെ വേശ്യകൾ ഇമാമിന്റെ മുന്നിൽ വച്ചാണ് ആടിത്തകർത്തത്. മുല്ലമാർ വീടുകളിലിരുന്ന് ഖുർആൻ ഓതിക്കൊണ്ടിരുന്നപ്പോഴായിരുന്നു മറ്റൊരുവശത്ത് പെണ്ണുങ്ങളുടെ തിണ്ടാടൽ. ഒരു ഭാഗത്ത് സൂക്തങ്ങൾ ചൊല്ലിയുള്ള ദഫുമുട്ടൽ. മറ്റൊരു വശത്താകട്ടെ ലഹരിപിടിച്ച ചെറുപ്പക്കാരുടെ കൂത്താട്ടം. എല്ലാം കൂടിക്കലർന്ന വിവാഹമേളം. സൈനിന്റെ ഉമ്മ നർത്തകരുടെ കൂടെച്ചേർന്ന് നൃത്തമാടുകയും ഒപ്പം സൂക്തങ്ങൾ ചൊല്ലുകയും ചെയ്തു. ഖുർആൻ ഓതുന്നത് കേൾക്കാൻ വേണ്ടി ഇടയ്ക്ക് നൃത്തം മതിയാക്കി കാതോർത്തു. പിന്നെ വെപ്പുപുരയിലേക്കോടി വെപ്പുകാരികളെ പ്രോത്സാഹിപ്പിച്ചു. എല്ലാ സ്ഥലത്തും അവരെത്തി.

"ഈ സദ് വാർത്ത നാടെങ്ങും പരക്കട്ടെ."

അവർ ഇടക്കിടെ വിളിച്ചുകൂവിക്കൊണ്ടിരുന്നു.

ആമിനയെ ഒന്നു കുത്താനെന്നോണം പാൽക്കാരി ഹലീമ പറഞ്ഞു.

"എന്താ ഘോഷം. കല്യാണമായാ ഇങ്ങനിരിക്കണം."

സംഗീതോപകരണങ്ങളുടെ അകമ്പടിയോടെ ഫാത്തിമ പാടി.

“എന്റെ ഉറക്കവും എന്റെ ചിന്തകളും ഇതാ നീ പങ്കുവെക്കാൻ പോകുന്നു.”

നൃത്തംചെയ്യുന്ന ഒരു പെൺകുട്ടിയെ പുരുഷന്മാർ പൊതിഞ്ഞു. അവളുടെ തലയിൽ തട്ടം ഊർന്നുവീണിരുന്നു. മാറിടം തള്ളിച്ചുകൊണ്ടായിരുന്നു. അവൾ നൃത്തം ചെയ്തിരുന്നത്. അവൾ കൈകളും കാലുകളും താളത്തിനൊത്ത് ചലിപ്പിച്ചുകൊണ്ട് ഒരു അരയന്നത്തെപ്പോലെ ആടി. ആണുങ്ങൾ ആവേശത്തോടെ കൈയടിച്ചു. അവർ വായിൽ തോന്നിയത് വിളിച്ചു പറഞ്ഞു. നോക്കിക്കൊണ്ടിരിക്കെ വൃത്തത്തിന്റെ വ്യാസം കുറഞ്ഞുവന്നു. അവളുടെ അത്തർ മണക്കുന്ന ദേഹവും ചീകി മിനുക്കിയ തലമുടിയും ശരീരത്തിൽ ഉരസാൻ തുടങ്ങിയപ്പോൾ ആണുങ്ങളുടെ ആവേശം ഏറി. കൈയടി ഉച്ചത്തിലായി. കുരവയുടെ ശബ്ദം കാതുതുളച്ചു. അഹ്ലാദം അലതല്ലി. ഫാത്തിമയുടെ സ്വരത്തിന് മാധുര്യവും മൂർച്ചയും കൂടി.

“കാട് വീടാക്കിയ പെൺകുട്ടി
അവളുടെ ഒരു രാവിന് ഒരാണ്ടുനീളം”

“അരേ വാഹ്... ഒരിക്കൽ കൂടി പാടൂ കരളേ.”

താഹയും കൂട്ടുകാരും ആവേശത്തോടെ വിളിച്ചു പറഞ്ഞു.

ചെണ്ടയുടെ താളവും മുറുകി. ആദ്യം ഒരു മുട്ട്. പിന്നെ ഒന്ന്, പിന്നെ രണ്ട്, ആളുകൾ കുതിരയെപ്പോലെ ചാടി. ബദുക്കൾ നിലത്തുകിടന്നുരുണ്ടും ആർത്തുവിളിച്ചും അരയുലച്ചും നൃത്തമാടി. ഉരുണ്ട മസിലുകളും മിനുത്ത ദേഹവുമുള്ള അവർക്ക് മണ്ണിന്റെ നിറമായിരുന്നു. ഒട്ടകപ്പാലും കലമാനിറച്ചിയും കഴിച്ച് കൊഴുത്ത ദേഹം. മേലങ്കി അരയിൽ ചുറ്റിക്കെട്ടാൻ ഉപയോഗിച്ച വസ്ത്രത്തിന്റെ ഒരറ്റം തോളത്ത് തൂങ്ങിക്കിടന്നു. അവർ ആടിത്തിമർത്തപ്പോൾ മേലങ്കി കാറ്റിൽ നൃത്തം ചവുട്ടി. സൂര്യപ്രകാശത്തിൽ അവർ ഒട്ടാകെ തിളങ്ങി. അവരുടെ കാലുകളിൽ ഷൂസ്, കൈയിൽ കെട്ടിയ വാളുറയിൽ കത്തി. അവരുടെ ആട്ടവും പാട്ടും മുറുകിയപ്പോഴും ചിലർ വട്ടംകൂടിനിന്ന് ദഫുമുട്ടിക്കൊണ്ട് ഭക്തിഗാനങ്ങൾ പാടുന്നുണ്ടായിരുന്നു. അതിലൊരാളായ കോർത്താരി പേരുകേട്ട ഭക്തിഗായകനാണ്.

അദ്ദേഹം ആംഗ്യവിക്ഷേപത്തോടെ ചൊല്ലി:

“കരുതൽ ധനവുമായി യാത്ര പുറപ്പെടുന്നവൻ
അനുഗ്രഹിക്കപ്പെട്ടവൻ
നദിക്കരയിൽ കൊടി ഉയർത്തുന്നവൻ
ഹുസൈന്റെ പിതാവിന്റെ ഖബറിടം സന്ദർശിക്കുന്നവൻ”

കേട്ടു നിന്നവരുടെ കണ്ണുനിറഞ്ഞു. മക്കയിലും മദീനയിലും ചെന്ന് ഹജ്ജുകർമം നിർവഹിച്ചെത്തിയ ചിലർ തേങ്ങിക്കരഞ്ഞു. ഗായകൻ തുടർന്നു.

“സ്വന്തം സമ്പാദ്യവുമായി ഒട്ടകത്തേയും തെളിച്ച്
നദിക്കരയിലെത്തുകയും അവിടെ നാട്ടിയ കൊടി കണ്ട്
സന്തോഷിക്കുകയും ചെയ്യുന്നവൻ അനുഗ്രഹിക്കപ്പെട്ടവൻ

ഹുസൈന്റെ പിതാമഹന്റെ അടുത്തെത്തുമ്പോൾ
മുന്തിരിയും അത്തിപ്പഴവും തണ്ണിമത്തനും
വീഞ്ഞുനിറച്ച കോപ്പകളും അവന്റെ മുന്നിൽ,
മുന്നോട്ടുപോവുക
ഹുസൈന്റെ പിതാമഹനെ കാണുംവരെ
മുന്നോട്ട് പോവുക"

പെണ്ണുങ്ങളുടെ കുരവയും നർത്തകികളുടെ പാട്ടും കൂടിക്കുഴഞ്ഞു. ചിലർ ഇടയ്ക്ക് നർത്തകരെ വിട്ട് ഭക്തിഗായകന്റെ ചുറ്റും കൂടും. ആദ്യത്തെ കൂട്ടത്തിലാവുമ്പോൾ അറിയാതെ അവരുടെ കാലുകൾ ഇളകിയാടും. ശബ്ദമുയരും. മറ്റേക്കൂട്ടത്തിൽ എത്തുമ്പോഴാകട്ടെ അവരുടെ കണ്ണുനിറയും. സ്വരമിടറും. അവരങ്ങനെ അങ്ങോട്ടുമിങ്ങോട്ടും മാറിക്കൊണ്ടിരുന്നു. പെട്ടെന്ന് മെഹജബ് ഉണർന്നു.

"സൈനെവിടെ?"

സംഘക്കാർ അതിഥികളെ സ്വീകരിക്കുന്ന തിരക്കിലായതിനാൽ സൈനിനെ ശ്രദ്ധിക്കാനൊത്തില്ല. സൈനെവിടെ? അയാൾ ഓരോരുത്തരോടായി ചോദിച്ചു. രണ്ടുമണിക്കൂറായി സൈനിനെ കണ്ടവരാരുമില്ല. അവസാനമായി കണ്ടത് ഭക്തിഗായകരുടെ അടുത്തായിരുന്നു എന്ന് അബ്ദുൽ ഹഫീസ് ഓർമിപ്പിച്ചു.

മറ്റുള്ളവരെ പേടിപ്പെടുത്തേണ്ടെന്നു കരുതി ആരോടും മിണ്ടാതെയാണ് അവർ സൈനിനെ തിരക്കി ഇറങ്ങിയത്. ഇമാമിന്റെ ചുറ്റും കൂടി നിന്നവരുടെ ഇടയിലോ, നർത്തകരുടെ കൂടെയോ, ഭക്തിഗായകരുടെ അടുത്തോ സൈൻ ഉണ്ടായിരുന്നില്ല. വെപ്പുപുരയിലും സൈനില്ല. സൈൻ എപ്പോൾ എന്താ ചെയ്യുകയെന്ന് പ്രവചിക്കാനാവില്ല. അവരാകെ പരിഭ്രമിച്ചു. അവന്റെ കല്യാണമാണെന്നുപോലും അവൻ മറന്നോ? മനുഷ്യൻ കടന്നുചെല്ലാത്തിടത്തുപോലും അവർ സൈനിനെ തിരക്കിച്ചെന്നു. പാടത്തും നദിക്കരയിലും മരുഭൂമിയിലും അവർ ചെന്നുനോക്കി. ഓരോ വീട്ടിലും അവർ കയറിയിറങ്ങി. ഈന്തപ്പനക്കൊമ്പുകളിലും മരച്ചില്ലകളിലും നോക്കാൻ മറന്നില്ല.

ഇനി പള്ളി മാത്രമേ ബാക്കിയുള്ളൂ. സൈൻതിരിഞ്ഞു നോക്കാത്ത സ്ഥലമാണത്. നേരം ഇരുട്ടിത്തുടങ്ങിയിരിക്കുന്നു. പള്ളി വിജനമായിരുന്നു. ഒച്ചയും അനക്കവുമില്ല. കല്യാണവീട്ടിലെ വിളക്കിൽ നിന്നുതിർന്ന പ്രകാശരശ്മികൾ പരവതാനിയിലും മച്ചിലും മിമ്പറയിലും തട്ടി പ്രതിഫലിച്ചു. അവർ കാതോർത്തു നിന്നു. വിവാഹവേളയിൽ നിന്നുയരുന്ന ശബ്ദഘോഷങ്ങളല്ലാതെ മറ്റൊരനക്കവുമില്ല. അവർ ഉറക്കെ പേരുവിളിച്ചുകൊണ്ട് മുക്കിലും മൂലയിലും തിരഞ്ഞു. സൈൻ അവിടെയെങ്ങുമില്ലായിരുന്നു.

അവർ നിരാശരായി. സൈൻ എങ്ങോട്ടോ കടന്നുകളഞ്ഞു. അവർ ഉറപ്പിച്ചു. പക്ഷേ എങ്ങോട്ട്? നാട്ടുകാരെല്ലാം ഒരിടത്ത് ഒത്തുകൂടിയ നേരത്ത് അവൻ എങ്ങോട്ടുപോയി?

പെട്ടെന്നാണ് മെഹജബ് പറഞ്ഞത്.

"പള്ളിപ്പറമ്പിലുണ്ടാവും."

നേരമിരുട്ടിയ നേരത്ത് സൈൻ പള്ളിപ്പറമ്പിൽ തനിച്ച്? അവർക്കതു വിശ്വസിക്കാനായില്ല. മെഹജബ് അങ്ങോട്ടോടിയപ്പോൾ അവരും പിന്തു ടർന്നെന്നു മാത്രം.

മെഹജബിന്റെ പിന്നാലെ അവർ ഖബറിടങ്ങളിൽ അലഞ്ഞു. കല്യാ ണവീട്ടിലെ ഘോഷങ്ങൾ അവിടെയും പ്രതിധ്വനിക്കുന്നുണ്ടായിരുന്നു. അക്കേഷ്യാ മരങ്ങളും കുറ്റിക്കാടുകളും തിങ്ങിനിറഞ്ഞ തരിശുനിലം. മര ച്ചില്ലകളുടെ നിഴലിൽ അവർ പതിയിരിക്കുന്ന ഭൂതങ്ങളെപ്പോലെ തോന്നി ച്ചു. പുണ്യപുരുഷന്മാരുടെ കെട്ടി ഉയർത്തിയ ഖബറിടങ്ങൾ തിരമാല കൾക്കിടയിലെ കപ്പലാണെന്നേ തോന്നൂ. ഏറ്റവും ഉയർന്ന മിനാരം. നിഗൂ ഢവും ഒഴിവാക്കപ്പെടേണ്ടതാണെന്ന തോന്നലുമുണ്ടാക്കി.

മെഹജബിന്റെ പിന്നാലെ അവർ ഹനീന്റെ ഖബറിടത്തിൽ എത്തി.

"സൈൻ നീ ഇവിടെ?"

മെഹജബ് അത്ഭുതത്തോടെ ചോദിച്ചു.

സൈൻ ഒന്നും മിണ്ടിയില്ല. എങ്കിലും അവന്റെ തേങ്ങൽ ഉറക്കെ യുള്ള കരച്ചിലായി.

അവരും കുറച്ചുനേരം സ്തബ്ധരായി നിന്നു

"അദ്ദേഹം ഉണ്ടായിരുന്നെങ്കിൽ... ഈ വിവാഹം അദ്ദേഹം നടത്തു മായിരുന്നു."

"അനുഗൃഹീതനും വാഴ്ത്തപ്പെട്ടവനുമായ ഹനീൻ എല്ലാം കാണു ന്നുണ്ടാകും. സമാധാനിക്കുക."

മെഹജബ് സൈനിന്റെ ചുമലിൽ തട്ടി ആശ്വസിപ്പിച്ചു.